அருளாளன்

கி. வா. ஜகந்நாதன்

Title: Arulalan

Author: Ki. Va. Jagannathan

Language: Tamil

First Published on: 1954

Year of Publication: 2025

Book Format: Paperback

*Page Size: 6inch * 9inch*

Category: Religious

Subject: Religious Essays

No. of pages: 92

ISBN: 978-81-999349-9-3

Published by: Nilan Publishers, Madurai, Tamilnadu, India

பொருளடக்கம்

குறிப்புகளுக்காக

முன்னுரை

சைவத் திருமுறைகளில் ஏழாவது சுந்தரமூர்த்தி நாயனார் திருவாய் மலர்ந்தருளியது. இந்த ஏழு திருமுறைகளும் சேர்ந்து தேவாரம் என்றும், அடங்கன் முறை என்றும் வழங்கும். சுந்தரர் பாடிய ஏழாந் திருமுறையில் நூறு பதிகங்கள் உள்ளன. அவர் பாடியவை முப்பத்தெண்ணாயிரம் பதிகங்க ளென்றும், அவற்றில் செல்லால் அழிந்தவை போக எஞ்சியவையே இந்த நூறு என்றும் திருமுறை கண்ட புராணத்தால் அறிகிறோம்.

சுந்தரமூர்ததி நாயனார் திருக்கைலாயத்தில் சிவ பெருமானுடைய பிரதிபிம்பத்தினின்று தோன்றி அப் பெருமானுடைய திருத்தொண்டைப் புரிந்துவரும் ஆலால சுந்தரரின் அவதாரம் என்று பெரிய புராணம் சொல்கிறது. சுந்தரர் என்ற திருநாமம் இந்தப் பழைய நிலையைக் கருதியே வழங்குவது. அவருக்குத் தாய் தந்தையார் வைத்த திருநாமம் ஆரூரன் என்பது. அந்தப் பெயரையே அவர் பெரும்பாலும் தம்முடைய பதிகங்களின் இறுதிப் பாடல்களில் அமைத்திருக்கிறார்.

“ஆரூரனெம் பெருமாற்காள் அல்லேன்என லாமே.”

அதுவே ஊரன் என்றும் குறுகி வழங்கும்.

“ஊரன் உரைத்தசொல் மாலைகள் பத்திவை.”

இறைவன் முதியவர் வேடம் பூண்டு வந்தபோது வன்மை பேசியமையால் அவனே வன்றொண்டன் என்ற திருப் பெயரை வழங்கினான்

“வன்றொண்ட னாரூரன் உரைத்ததமிழ்.”

இறைவனிடம் அன்பு செய்யும் முறைகள் பல. சுந்தரர் சிவபெருமானுடைய தோழராக அன்பு செய்தார். இந்தத் தோழமை நெறியைச் சக மார்க்கம் என்று சொல்வர். இதனால் சுந்தரமூர்த்தி நாயனாருக்குத் தம்பிரான் தோழர் என்ற திருப்பெயர் அமைந்தது. எம்பெருமானுக்கும் தமக்கும் உள்ள தோழமை உறவைச் சில இடங்களில் சுந்தரரே சொல்கிறார்.

"தோழமை அருளித் தொண்டனேன் செய்த
துரிசுகள் பொறுக்கும் நாதனை"

"என்னுடைய தோழனுமாய்
யான்செய்யும் துரிசுகளுக் குடனாகி"

"தூதனை என்றனை ஆள் தோழன்."

ஆதி சைவர் குலத்தில் பிறந்தமையால் நம்பி என்ற பெயர் இவருக்கு உரியதாயிற்று.

"நாவலர்கோன் நம்பியூரன் சொன்ன
சந்தம்மிகு தண்டமிழ் மாலை."

இதனால் பிற்காலத்தவர்கள் இவரை ஆளுடை நம்பி என்று வழங்கலாயினர்.

இறைவனுடைய தோழமை பெற்றதனால் இவர் பாடல்களில் ஏழை நண்பன் ஒருவன் செல்வனாகிய தன் நண்பனோடு பேசும் வகையில் பல இடங்கள் அமைந்திருக்கும். சில சமயங்களில் மிடுக்குடன் இன்னது வேண்டும் என்று கேட்பார்; இன்னும் சில சமயங்களில் மிக்க பணிவுடன் இரப்பார். இறைவனுக்கும் தமக்கும் உள்ள தொடர்பைக் கூறிப் பெருமிதம் கொள்வார்; சில இடங்களில் இறைவனைப் பரிகாசம் செய்வார். இறைவனுடைய பராமுகம் கண்டு சினம் மூண்டு பாடிய பாடல்களும் உண்டு. இவர் பாடல்களில் இவருடைய உணர்ச்சிகளோடும் வாழ்க்கையோடும் ஒட்டிய பாடல்களே மிகுதி.

சுந்தரர் தேவாரத்தில் திருத்தொண்டத் தொகை என்ற பதிகம் இருக்கிறது. சிவனடியார்களாகிய நாயன்மார்கள் பெருமையை இன்று நாம் எல்லாம் உணர்ந்து பாராட்டி உய்வதற்குரிய வழியைக் காட்டியது அத்திருப்பதிகமே. அது இல்லாவிட்டால் அறுபத்துமூவர் என்ற வரையறை இராது.

நம்பியாண்டார் நம்பி அதனை விரித்துத் திருத்தொண்டர் திருவந்தாதி பாடினார். அதனைப் பின்னும் விரித்துச் சேக்கிழார் பெரிய புராணத்தை அருளினார்.

சுந்தரமூர்த்தி சுவாமிகள் நடுநாட்டில் உள்ள திரு நாவலூரில் பிறந்தவர். திருவெண்ணெய் நல்லூரில் இறைவனால் ஆட்கொள்ளப் பெற்றவர். சிவபெருமான் இவருக்குத் திருமணம் நிகழ விருந்த சமயத்தில் தடுத்தாட் கொண்டான். பதினெட்டு ஆண்டுகள் நிலவுலகில் இவர் வாழ்ந்தார் என்று ஒரு பழம் பாடல் தெரிவிக்கிறது. இறுதியில் இறைவன் அனுப்பிய வெள்ளை யானையின் மேல் ஊர்ந்து திருக்கைலாயம் சென்றார். ஆடி மாதம் சுவாதித் திருநாளில் இவர் கைலாயம் சேர்ந்தார் என்பர். சுந்தரமூர்த்தியார் கி.பி. ஒன்பதாம் நூற்றாண்டின் முற்பகுதியில் வாழ்ந்தவரென்று ஆராய்ச்சியினால் தெரிய வருகிறது.

சுந்தரமூர்த்தி நாயனார் ஒவ்வொரு பதிகத்தின் இறுதிப் பாட்டிலும் தம்முடைய பெயரை இணைத்துப் பாடுவார். இன்னதன் பொருட்டு இப் பதிகம் பாடப் பெற்றது என்ற குறிப்பையும் வைப்பது இவர் வழக்கம்.

கொல்லை வளம்புறவில் திருக்கோளிலி மேயவனை
நல்ல தரம்பரவும் திருநாவல ஊரனவன்
நெல்லிட ஆட்கள் வேண்டி நினைந்தேத்திய பத்தும்வல்லார்
அல்லல் களைத்துலகின் அண்டர் வானுல காள்பவரே

என்பது போன்ற இறுதிச் செய்யுட்களில் இதைக் காணலாம்.

சுந்தரர் தேவாரத்தில் இந்தளம், தக்க ராகம், நட்ட ராகம், கொல்லி, கொல்லிக் கௌவாணம், பழம் பஞ்சுரம், தக்கேசி,

காந்தாரம், பியந்தைக் காந்தாரம், காந்தார பஞ்சமம், நட்ட பாடை, புறநீர்மை, சீகாமரம், குறிஞ்சி, கவுசிகம், செந்துருத்தி, பஞ்சமம் என்ற பண்களில் அமைந்த பாடல்கள் இருக்கின்றன. பல தலங்களை இவர் பாடியுள்ளார். இவர் பாடிய நூறு பதிகங்களில், மூப்பதுமில்லை, முடிப்பது கங்கை, நமக்கு அடிகளாகிய அடிகள், நம்பியென்ற பதிகம் என்ற நான்கும் பொதுவானவை. திருத்தொண்டத்தொகை நாயன்மார்களைப் பற்றியது. திருநாட்டுத் தொகை, ஊர்த்தொகை என்னும் இரண்டும் பல தலங்களைத் தொகுத்துக் கூறும் பதிகங்கள். ஒவ்வொரு பாட்டிலும் இரண்டு தலங்களைப் பாடும் பதிகங்கள் மூன்று உள்ளன: அவை திருக்கோத்திட்டையும் திருக் கோவலூரும், திருவெண்ணெய் நல்லூரும் திருநாவலூரும், திருத்துருத்தியும் திருவேள்விக்குடியும் என்பவை. மற்ற 90 பதிகங்களும் ஒவ்வொரு தலத்தைப் பற்றியவை. திருவாரூரைப் பற்றி எட்டுப் பதிகங்களும், திருவாரூர்ப் பரவையுண் மண்டளியைப்பற்றி ஒரு பதிகமும் இவர் பாடினார். திருவாரூரில் பல காலம் வாழ்ந்தமையால் அத்தலத்தைப்பற்றிப் பல பதிகங்கள் பாடும் வாய்ப்பு உண்டாயிற்று.

இந்தப் புத்தகத்தில் ஒன்பது திருப்பாடல்களுக்குரிய விளக்கங்களைக் காணலாம். திருவெண்ணெய்நல்லூர், திரு நெல்வாயில் அரத்துறை, திரு ஓணகாந்தன் தளி, திரு நாட்டியத்தான்குடி, திருக்கலயநல்லூர், திருக்கச்சி மேற்றளி, திருக்கழிப்பாலை, திருக்கருப்பறியலூர், திருப்புகலூர் என்ற தலங்களைப் பற்றிய பாடல்கள் அவை. தம்மைத் தடுத்தாட் கொண்டபோது ஆளுடையநம்பி பாடிய பதிகத்திலுள்ள முதற் பாட்டுக்குரிய விளக்கமே முதற் கட்டுரை. இறுதிக் கட்டுரை திருப்புகலூரில் இறைவன் திருவருளால் செங்கல் பொன்னாக மாறியது கண்டு பாடிய பதிகத்தின் முதற் பாட்டின் விளக்கம்.

இறைவனுடைய திருவருட்சிறப்பைத் தம்முடைய வாழ்க்கையோடு ஒட்டிக் கண்டு உருகும் இயல்புடையவர் நம்பியாரூரர். இந்தப் புத்தகத்தில் உள்ள பாடல்கள்

இவருடைய உணர்ச்சி நிலையை நன்றாக வெளிப்படுத்துகின்றன. இறைவன் அடியார்களை ஆளும் திறத்தில் பித்தாக நிற்பதும், அவர்கள் தன்னை மறந்தாலும் அவர்களை ஆட்கொள்வதற்கு முந்துவதும், இம்மை மறுமைப் பயன்களை ஈவதும், அடியார்களை மறக் கருணையால் ஒறுத்துத் திருத்துவதும் ஆகிய கருணைச் செயல்களை எடுத்துரைக்கிறார் சுந்தரர். உலகத்தில் மக்கள் வாழ்க்கை நிலையாமல் கழிவதையும், செல்வம் படைத்தவர்கள் தம்மைப் பாடுவோருக்கு ஒன்றும் வழங்காமல் இருப்பதையும் குறிக்கிறார். புலவர்களை நோக்கி, "எம்பெருமானைப் பாடுங்கள். அதனால் இருமையிலும் இன்பம் பெறலாம்" என்று சொல்கிறார். இறைவனைப் பாடும் பணியில் இடைவிடாது ஈடுபட்டு இன்பம் காணும் இயல் புடையவராதலின், "நீ என்னைப் புறக்கணித்தாலும் பாடுதலை ஒழியேன்" என்று சொல்கிறார். "உன்னைப் பாடும் பாடல் ஒவ்வொன்றும் புதிய புதிய சுவை பெற்று இனிக்கின்றது" என்று மகிழ்கிறார்.

இயற்கையின் எழில் நலங்களைக் கண்டு அதனை எடுத்துச் சொல்லும் வகையிலும் சுந்தரர் சிறந்து நிற்கிறார். நிவா என்னும் ஆற்றைக் 'கல்வாய் அகிலும் கதிர் மாமணியும் கலந்து உந்தி வரும்' நதியாகக் காட்டுகிறார். அரிசில் என்னும் ஆறு, 'இரும்புனல் வெண்திரை பெருகி ஏலம் இலவங்கம் இருகரையும் பொருது அலைக்கும்' இயல்புடையதாகக் காட்சி தருகிறது. திருக்கலய நல்லூரில் உள்ள பொழிலில் வளரும் புன்னையை, 'கரும்புனை வெண்முத்து அரும்பிப் பொன் மலர்ந்து பவளக்கவின் காட்டும்' நிலையில் காட்டுகிறார். திருக்கருப்பறியலூரில், 'வேலிதோறும் கருந்தாள வாழைமேற் செங்கனிகள் தேன் சொரியும்' வளப்பமான காட்சி ஒன்றைச் சொல்லால் சித்திரிக்கிறார்.

பித்தன், பிறைசூடி, அத்தன், நிலவெண்மதி சூடிய நின்மலன், நம்பி, புனிதன், கண்ணுதலோன், மெய்ப்பொருள், ஏறு, கண்டம் கறுத்தவன், எந்தை என்ற இறைவன் திருநாமங்களை எடுத்தாளுகிறார். இறைவன் பிறை சூடியது, கங்கையைச்

சடையில் தாங்கியது, அரவைப் பூணாகவும் நாணாகவும் அணிந்தது, புறங்காட்டில் ஆடியது, முருகனை அவதாரம் செய்யச் செய்தது, காமனை எரித்தது, விடம் உண்டது ஆகிய செயல்களைக் கூறுகிறார்.

விநாயகரைப்பற்றிய செய்தி ஒரு பாட்டிலும், முருகனைப் பற்றிய செய்தி இரண்டு பாடல்களிலும், அம்மையைப் பற்றிய செய்தி இரண்டு பாடல்களிலும் வருகின்றன.

சுந்தரமூர்த்தி சுவாமிகள் அருளிச் செய்த தேவாரம் முழுவதையும் குறிப்புரையுடன், திருப்பனந்தாள் ஸ்ரீ காசி மடத்துத் தலைவர் ஸ்ரீலஸ்ரீ காசிவாசி அருள்நந்தித் தம்பிரான் சுவாமிகள் அவர்களின் திருவுள்ளப்படி 1949-ஆம் ஆண்டில் வெளியிடும் வாய்ப்பு எனக்குக் கிடைத்தது. அத்தேவாரத்தில் உள்ள சில செய்யுட்களுக்கேனும் இப்போது விளக்கம் எழுதும்படி திருவருள் கூட்டுவித்ததை எண்ணி இன்புறுகிறேன்.

'திருமுறை மலர்கள்' என்ற வரிசையில் இது ஏழாவது மலர். இதனுடன் தேவாரப் பாடல் விளக்கம் நிறைவேறுகிறது. இந்தப் புத்தகங்களைத் தமிழ் அன்பர்கள் மிக்க ஆவலோடு பெற்றுப் படித்து இன்புறுவதை அவர்கள் எழுதும் கடிதங்களிலிருந்து தெரிந்துகொள்கிறேன். சிறப்பாக இலங்கைத் தமிழர்கள் இவ் வெளியீடுகளுக்கு அளித்துவரும் ஆதரவு மிகப் பாராட்டு வதற்குரியது. அவர்களுக்கு என் நன்றியறிவைத் தெரிவித்துக் கொள்கிறேன்.

தேவாரங்களுக்கு விளக்கம் கூற நிறைந்த புலமை வேண்டும்; இறைவன் திருவருள் அநுபவம் வேண்டும். இத் தகுதிகள் என்பால் இல்லையென்பதை நான் நன்கு உணர்வேன். ஆயினும் தேவாரப் பாடல்களைப் பலகால் படித்துப் படித்து இன்புறும் வழக்கத்தாலும், என்னுடைய ஆசிரியப் பெருமானாகிய மகாமகோபாத்தியாய டாக்டர் ஐயரவர்கள் பல தேவாரப் பாடல்களில் உள்ள நுட்பங்களைச் சொல்லக் கேட்கும் பேறு பெற்றதனாலும் இந்த முயற்சியில்

ஈடுபட்டேன். முழுவதும் திருத்தமாகச் செய்வது மனித இயல்புக்கு அப்பாற் பட்டது. அவரவர்களின் அறிவு எல்லைக்கு உட்பட்டே அவரவர்கள் மேற்கொண்ட செயல்கள் நிறை வேறும். இந்த மட்டிலேனும் ஒரு நல்ல காரியத்தைச் செய்யும்படி முருகன் திருவருள் என்னைச் செலுத்தியதே என்று நினைந்து அப்பெருமானை வாழ்த்துகிறேன்.

மற்ற ஐந்து திருமுறைகளிலுமுள்ள பாடல்களின் விளக்கங்கள் அடுத்தடுத்து வெளிவரும்.

கி.வா. ஜகந்நாதன்.

அருளாளன்

கொட்டு மேள ஒலி இனியதாகக் கேட்கிறது. நாயனத்தின் ஒலியும் நெடுந்தூரம் வரைக்கும் கேட்கிறது. பெரிய ஆரவாரம்; ஆண்கள், பெண்கள், குழந்தைகள், கிழவர்கள் எல்லாரும் சேர்ந்து ஒரே ஆரவாரம் செய்கிறார்கள். இது ஏதோ ஒரு கல்யாண ஊர்வலம் போல இருக்கிறது. ஆம்! கல்யாண ஊர்வலந்தான்! பேரழகர், சிறந்த காளை, திருநாவலூரராகிய நம்பியாரூரர் தம் கல்யாணத்தின் பொருட்டு ஊர்வலம் சென்று கொண்டிருக்கிறார். அவர் குதிரையின்மேல் செல்கிறார்.

மாப்பிள்ளை அழைப்பு மிகவும் சிறப்பாக நடக்கிறது. ஊர்வலம் புத்தூர் என்ற ஊரை அணுகிவிட்டது.

அப்பொழுதுதான் அந்தக் கிழவர் எதிர்ப்பட்டார். "என்ன கல்யாணம்?" என்று கேட்டார்.

"இந்த ஊர்க் குருக்களையாவின் பிள்ளைக்குக் கல்யாணம்; நம்பி ஆரூரருக்குக் கல்யாணம்" என்று சொன்னார்கள்.

"அப்படியா? நம்முடைய ஆரூரனுக்கா?" என்று கேட்டார்.

."ஆமாம். அதே பிள்ளைக்குத்தான்" என்று அவர்கள் சொன்னார்கள்.

"எங்கே, எந்த ஊரில் நடக்கிறது கல்யாணம்?"

"இந்த ஊரிலே சடங்கவி சிவாசாரியாருடைய பெண்ணுக்கும் நம்முடைய நாவலூர் நம்பிக்கும் கல்யாணம் நடக்கப் போகிறது'' என்று அவர்கள் சொன்னார்கள்.

அதைக் கேட்டாரோ இல்லையோ, அந்தக் கிழவனாருக்கு மிகவும் கோபம் வந்துவிட்டது.

“அது எப்படி நடக்கலாம்? அவன் என்னுடைய அடிமை அல்லவா? இதோ நான் போய்க் கல்யாணத்தை நிறுத்தி விடுகிறேன். எனக்குக் கல்யாணப் பத்திரிகை கிடையாது. என்னுடைய வார்த்தையைக் கேட்காமல் என்னுடைய அடிமைக்கு எப்படிக் கல்யாணம் பண்ணலாம்?" என்று அவர் மிகவும் சினந்து கூட்டத்துக்கு நடுவிலே எப்படியோ புகுந்துவிட்டார். புகுந்து நேராக அந்த ஒற்றைப் பிராம்மணர் சுந்தரமூர்த்தி நாயனாருக்கு முன்னாலே எதிர்ப்பட்டார். "நில். நமக்கும் உனக்கும் ஒரு வழக்கு இருக்கிறது" என்று சொன்னார். யாரோ ஒரு கிழவர் இப்படிக் கல்யாண ஊர்வலத்தை வந்து கெடுக்கிறாரே என்று நம்பி ஆரூரருக்குக் கோபந்தான் வந்தது.

‘“என்ன வழக்கு? அதைச் சொல்லும். அதைத் தீர்த்துவிட்டு மேலே செல்கிறேன்" என்றார்.

"நீ என்னுடைய அடிமை. என்னுடைய உத்தரவு இல்லாமல் எப்படி நீ மணம் செய்து கொள்ளலாம்?” என்று கிழவர் கேட்டார்.

"இது என்ன வேடிக்கையாக இருக்கிறது? அந்தணனுக்கு அந்தணன் அடிமையாவது! இந்த உலகத்தில் கேளாத செய்தியாக இருக்கிறதே! நீர் பித்தரோ?" என்று சுந்தரர் சிரித்தார்.

"ஆம். நீ சிரிக்கத்தான் சிரிப்பாய். உன்னுடைய தாத்தா காலம் முதலே அடிமைத்தனம் தொடர்ந்து வந்து கொண்டிருக்கிறது" என்றார் கிழவர்.

"அதற்கு என்ன ஆதாரம்?" என்று கேட்டார் ஆரூரர்.

“உன் பாட்டனார் எழுதி அளித்த ஓலை இருக்கிறது. வெறும் பேச்சுப் பேச வேண்டாம். எனக்குப் பணி செய்ய வேண்டும்.”

அவருடைய வடிவத்தைக் கண்டபோது சுந்தரருடைய உள்ளம் உருகியது. ஆனால் அவர் வார்த்தையைக் கேட்ட போது சினம் மூண்டது. “எங்கே, அந்த ஓலையைக் காட்டும்; பார்க்கலாம்” என்றார்.

"உனக்கு நான் ஓலை காட்டவேண்டுமோ? சபையினர் முன் காட்டி உன்னை வேலை செய்யச் செய்கிறேன்" என்று அந்தணர் மிடுக்காகப் பேசினார்.

அப்போது நாவலாரூரர் வெகுண்டு வேகமாக அம் முதியவரைப் பற்றச் சென்றார். அவர் மணப் பந்தலுக்குள்ளே ஓட, சுந்தரர் அவரை விரைந்து சென்று பற்றி அவர் கையில் இருந்த ஓலையைப் பிடுங்கி, "அந்தணர் அடிமை வேலை செய்வதாம்!" என்று அதைக் கிழித்து விட்டார்.

அது கண்டு அருகில் உள்ளவர்களைப் பார்த்து அந்தணர் முறையிட்டார். அப்போது அயலில் நின்றவர்கள் சுந்தரரை விலக்கி, "புதியதாக உலகில் இல்லாத செய்தியைச் சொல்லும் அந்தணரே, நீர் எங்கே இருக்கிறவர்? சொல்லும்” என்று கேட்டார்கள்.

அதற்கு அவர், "நான் இதோ அணிமையில்தான் இருக்கிறேன். வெண்ணெய் நல்லூர்தான் என் இருப்பிடம். அது கிடக்கட்டும் ஐயா; இவன் அக்கிரமமாக என் கையில் இருந்த ஓலையை வாங்கிக் கிழித்துவிட்டான். இதுவே இவன் எனக்கு அடிமை என்பதைக் காட்டவில்லையா? ஓலை இருந்தால் உண்மை தெரிந்துவிடும் என்று அதைக் கிழித்து விட்டான்” என்றார்.

அப்போது ஆரூரர், "உமக்கு வெண்யெய் நல்லூர் சொந்த ஊரானால், அந்த ஊரிலுள்ள சபையினரிடம் போய் இந்த வழக்கைப் பேசலாம், வாரும்" என்றார்.

'நல்ல காரியம்! வெண்ணெய் நல்லூருக்கு வா. அங்குள்ள வேதியர்களின் முன் மூல ஓலையைக் காட்டி நீ எனக்கு அடிமை என்பதைச் சாதிக்கிறேன். நல்ல வேளை! நீ கிழித்தது

படி ஓலைதான்" என்று தம் கைத் தடியைத் தூக்கிக்கொண்டு புறப்பட்டார் வேதியர்.

அவரைத் தொடர்ந்து சுந்தரரும் அவருடைய சுற்றத்தாரும் ஏனையோரும் சென்றார்கள். திருவெண்ணெய் நல்லூர்ச் சபைக்குச் சென்று அவையிலிருந்த அந்தணர்களிடம் தம் வழக்கை முறையிட்டார் முதிய வேதியர்.

சுந்தரரோ, “எல்லாச் சாத்திரங்களையும் தேர்ந்த பெரியவர்கள் நீங்கள். நான் ஆதி சைவ அந்தணன் என்பது உங்களுக்கு நன்றாகத் தெரியும். இந்த அந்தணர் என்னைத் தம் அடிமை என்று சொல்கிறார். இது முறையாகுமா?" என்று கேட்டார்.

"இவர் உமக்கு அடிமை என்று வல்வழக்கு இடுகிறீரே! அதற்கு ஏதேனும் அநுபோக பாத்தியம் உண்டா? ஆவண ஓலை உண்டா? அல்லது வேறு சாட்சி உண்டா? இந்த மூன்றில் ஒன்றேனும் காட்ட முடியுமா?" என்று அவையோர்கள் வேதியரைக் கேட்டார்கள்.

"இதோ மூல ஓலை வைத்திருக்கிறேன்."

“எங்கே காட்டும்."

"இவன் அதையும் கிழித்துவிட்டால்-?”

"நீர் அஞ்ச வேண்டாம். உமக்கும் உம்முடைய ஓலைக்கும் ஒரு தீங்கும் வரவொட்டோம்."

அதன் பின், அடிமை கொண்ட ஐயர் ஓலையை எடுத்துக் கொடுக்க ஊர்க்கரணத்தான் வாங்கிப் படிக்கத் தொடங்கினான்.

"திருநாவலூர் ஆதி சைவனாகிய ஆரூரன் எழுதியது. திருவெண்ணெய் நல்லூர்ப் பித்தனுக்கு யானும் என்னுடைய பரம்பரையில் வருகிறவர்களும் அடிமை. இதற்கு இவ்வோலை எழுதினேன். இது என் எழுத்து."

ஓலையிலுள்ள வாசகத்தைக் கேட்டு, அதில் சாட்சிக் கையெழுத்திட்டவர்கள் பெயர்களையும் யாவரும் கேட்டனர். அப்பால் அந்த எழுத்து, சுந்தரருடைய பாட்டனாருடையது தானா என்ற ஆராய்ச்சி பிறந்தது. ஆவணக்களரியிலிருந்து அவர் எழுதிய பழைய ஓலை ஒன்றை வருவித்து ஒப்பு நோக்கினார்கள். எழுத்து இரண்டும் ஒத்திருந்தன.

வெண்ணெய்நல்லூர்க் கிழவர் கூறுவது உண்மையே என்று தீர்ப்புச் செய்தனர் அவையிலுள்ள பெரியோர். இந்த நிகழ்ச்சியைக் கண்டு அங்கிருந்த யாவரும் வியப்படைந்தனர். அந்தணர்கள் அவரை நோக்கி, "நீர் இவ்வூர் என்று சொல்கிறீர். இங்கே நீர் இருக்கும் வீடு எது? எப்படி வாழ்க்கை நடத்துகிறீர்?" என்று கேட்டார்கள்.

"என்னை உங்களுக்குத் தெரியாதா? அப்படியானால் வாருங்கள்; என் இருப்பிடத்தைக் காட்டுகிறேன்'' என்று சொல்லிப் புறப்பட்டார் அந்தணர். அவரைத் தொடர்ந்து நம்பி ஆரூரரும் மற்றவர்களும் சென்றார்கள். அவர் திருக்கோயிலுக்குள் சென்று மறைந்தார்.

ஆரூரர் கோயிலுக்குள் புகுந்து, 'எம்பிரான் கோயிலுக்குள் இவர் வந்தது எதற்காக?' என்று சுற்றும் முற்றும் பார்த்தபோது, இறைவன் உமாதேவியாரோடு விடையின்மேல் அமர்ந்த திருக்கோலத்தைக் காட்டியருளினான். "முன்பு நீ நமக்குத் தொண்டன். பின்பு நம்முடைய ஏவலால் பூவுலகில் பிறந்தாய். நாம் தடுத்தாட்கொள்வதாகச் சொன்னபடி இப்போது ஆட்கொண்டோம்'" என்று ஒரு தெய்வக் குரல் கேட்டது.

அந்த வாக்கைக் கேட்ட ஆரூரருக்கு உடம்பெல்லாம் புளகம் போர்த்தது. கீழே விழுந்து பணிந்து எழுந்து நின்றார். கண்ணீர் ஆறாய்ப் பெருகிறது. "எளியேனை ஆட்கொள்ளும் பொருட்டுத் தேவரீரோ எழுந்தருளியது? இதனை அறியாத அசடனாகி விட்டேனே!" என்று ஆராமை மீதூரக் கதறினார்.

"நீ நம்மை வன்மையாகப் பேசினாய்; ஆதலால் உனக்கு வன்றொண்டன் என்னும் பெயர் வழங்குவதாகுக! நீ மலரால்

நம்முடைய திருமேனி தீண்டி அருச்சிக்கும் குலத்திற் பிறந்தாய். ஆயினும் நமக்கு மிக்க விருப்பமான அருச்சனை பாட்டேயாகும். ஆதலால் நம்மை நீ செந்தமிழ்ப் பாடலால் பாடுவாயாக" என்று இறைவன் திருவாய் மலர்ந்தருளினான்.

"அந்தணத் திருக்கோலம் பூண்டு வழக்குப் பேசி வந்து உண்மையறியாத இந்தப் பேதையை ஆட்கொண்ட பெருமானே, தேவரீருடைய பெருங் கருணையை அறியாமல் நான் முரடனாக இருந்தேனே! தேவரீர் பெருமையை உணராத இந்த ஏழை எப்படிப் பாடுவேன்! தேவரீருடைய குணம் கடலைப் போன்றது. அதை எப்படி அறிந்து பாடப் போகிறேன்!"

"அப்பா, நீ என்னைப் பித்தன் என்று சொன்னாய் அல்லவா? அந்தச் சொல்லையே வைத்துப் பாடு. நீ என்னை முதல்முதலாக அறிந்த வகை அதுதானே? அப்படியே பாடு."

இவ்வாறு இறைவன் கட்டளையிடவே, வன்றொண்டர் பாடலானார்.

பித்தாபிறை சூடிபெருமானே அரு ளாளா!

என்று பாடத் தொடங்கிவிட்டார். அதுமுதல் அவர் செந்தமிழ்த் தேவாரத் திருப் பாடல்களைப் பாடி இறைவனுக்குச் சொல் மலரால் அருச்சனை புரிந்து இன்புற்றார். இறைவனுடைய திருவருள் வழிகாட்ட, தமக்குள்ள இயற்கையான புலமையும் துணை செய்ய அழகிய தேவாரப் பதிகங்களைப் பாடலானார்.

இறைவனுடைய திருமுன்னர் நின்ற சுந்தரமூர்த்தி சுவாமிகள், கன்றை இழந்த பசுவானது மீட்டும் கன்றை அடைந்தால் அக்கன்றுக்கு எப்படியிருக்குமோ அந்த உணர்ச்சி நிலையில் இருந்தார். இறைவன் தாய் போன்றவன். ஆருயிர்களெல்லாம் குழந்தைகள் போன்றவை. குழந்தைகள் தாயை மறந்துவிடுகின்றன. ஆனால் தாயோ குழந்தைகளை மறப்பதே இல்லை. தமக்குத் தாய் ஒருத்தி இருக்க வேண்டும்

என்கிற தத்துவம்கூடக் குழந்தைகளுக்குத் தெரியாமல் இருக்கிறது.

தாய் தன் குழந்தையை என்றும் மறப்பதே இல்லை. மறக்காமல் இருப்பதோடுகூட அந்தக் குழந்தையுடன் என்று கூடப் போகின்றோம் என்று பித்துப் பிடித்து அலைகிறாள். அவளுக்கு எத்தனை பித்துப் பிடித்தாலும் குழந்தைக்கு அவளைச் சென்று சாரவேண்டும் என்னும் நினைவே இருப்பதில்லை. 'பெற்ற மனம் பித்து, பிள்ளை மனம் கல்' என்று ஒரு பழமொழி வழங்குகிறது அல்லவா? எத்தனைதான் தாய் அருகிலே வந்தாலும் அவளுடைய அருமைப்பாட்டை அறியாத பிள்ளை அவளைப் புறக்கணித்து உதறிவிடுகிறான். அப்பொழுதெல்லாம் தாய் வருந்து கிறாள்.மீட்டும் மீட்டும் அவனை எந்த வழியிலாவது தன்னோடு சேர்த்துக்கொள்ள வேண்டும் என்ற நினைவோடு அவள் முயற்சி செய்கிறாள். அவ்வாறே, இறைவன் ஆருயிர்களையெல்லாம் காப்பாற்ற வேண்டும் என்று எண்ணுகிறான்; தன்னுடைய கருணைக் கரத்தினாலே அணைக்க வேண்டுமென்று முயல்கிறான். நாம் செய்கிற பக்தியிலேதான் அதிக ஆற்றல் இருக்கிறதென்று நாம் நினைக்கிறோம். அப்படி அன்று. நாம் செய்கிற பக்தியெல்லாம் வெறும் வியாஜ மாத்திரம். 'எப்படியாவது இவன் நம்மை அண்டவேண்டும். இவன் நம் பக்கம் திரும்புகிறானா?'என்று ஆண்டவன் பார்த்துக் கொண்டே இருக்கிறான். அவனை நோக்கி நாம் ஓர் அடி எடுத்து வைத்தால் அவன் நூறடி, ஆயிரம் அடி எடுத்து வைத்து வேகமாக வருகிறான்; "அப்பா, வந்தாயா?" என்று மிக்க ஆர்வத்தோடு நம்மை அணைந்துகொள்ள வருகிறான். நம்முடைய பக்தியின் வேகத்தைக் காட்டிலும் நம்மை ஆட்கொள்ள வேண்டும் என்று எம்பெருமானுக்கு உள்ள கருணையின் வேகம் மிகுதியானது. அவனுடைய திரு அவதாரங் களுக்கும், அவன் செய்கின்ற பல திருவிளையாடல்களுக்கும், அவன் எடுத்துக் கொள்கின்ற உருவங்களுக்கும், முக்கியமான காரணம், ஆருயிர்களெல்லாம் உய்யவேண்டும் என்ற கருணைதான். அது ஒரு பித்து

அல்லவா? குணம் குறி ஒன்றும் இல்லாத பரப்பிரம்மமாகிய கடவுள், எல்லாவிதமான காரியங்களையும், பராக்கிரமங்களையும், அவதூறுகளையும், புகழ்களையும் ஏற்றுக்கொள்வதற்குக் காரணம் ஆருயிர்களை மீட்டும் அருளினால் தனக்கு அடிமையாக்கிக் கொள்ள வேண்டும் என்ற ஒரே ஞாபகந்தான். அதையன்றி வேறு எதையும் நினையாமல் இருக்கிறான். அந்தக் கருணையினாலே பித்தாகித் திரிகிறான்.

சுந்தரமூர்த்தி நாயனார் முன்பு ஆண்டவனுடைய திருவருளை நிரம்பப் பெற்றவரானாலும், தடுத்தாட் கொள்ளுவேன் என்று அவன் சொன்னமையினாலே, இப் பிறவியில் சில காலம் அவனை மறந்திருந்தார். உலக கருதித் வாழ்விலே இன்பம் பெறவேண்டும் என்று திருமணத்திற்கு ஏற்பாடு செய்தார்கள். அந்தத் திருமணம் ஆகியிருந்தால், நாவல் ஆரூரர் ஆண்டவனுடைய அடிமையாக இல்லாமல் உலகத்தின் அடிமையாகியிருப்பார். மாற்றுவதற்காகப் பித்தேறி நின்றான் எம்பெருமான்; நாவல் ஆரூரரை ஆண்டு அவர் மூலமாக உலகத்துக்கெல்லாம் நல்லருளைக் காட்டவேண்டும் என்று கருதினான்.

இவற்றையெல்லாம் நினைத்தால், நாவலாரூரர் தம் சொல் அருச்சனையை, 'பித்தா' என்று ஆரம்பித்தது எவ்வளவு பொருத்தமாகத் தோன்றுகிறது! பித்தன் என்பதை இறைவன் சொன்னது மாத்திரம் அல்ல; நம்பி ஆரூரரே அவன் பித்தன் என்பதை உணர்ந்து கொண்டிருக்கிறார். அந்த உணர்ச்சியும் ஆண்டவனுடைய கட்டளையும் ஒன்று கூடவே, பாட்டு இயற்கையாக எழுந்தது.

பித்தன் என்பதைப் பிறரும் உணர்ந்துகொள்ளும்படி ஒன்றைச் சொல்கிறார் சுந்தரர். மற்றவர்களுக்கும் பித்தனுக்கும் என்ன வித்தியாசம்? எது நலலது, எது பொல்லாதது என்று பித்தனுக்குத் தெரியாது. சாப்பாட்டைக் கொடுத்தால் நாம் வாயிலே போட்டுக் கொள்கிறோம். பித்தனும் சில சமயங்களிலே போட்டுக் கொள்வான். இன்னும் சில

சமயங்களிலே காலிலே போட்டுக் துகைப்பான்; அல்லது தலையிலே போட்டுத் தீற்றிக் கொள்வான். எந்தப் பொருளை எந்த இடத்திலே வைக்க வேண்டுமோ அந்த முறை தெரியாமல் பல பல வேடிக்கையான காரியங்களைச் செய்வான் பித்தன். இங்கே சிவபெருமான் அப்படிச் செய்கிறானாம். என்ன செய்கிறான்?

காலிலே போட்டு மிதித்த ஒரு பொருளைத் தலையிலே தூக்கிவைத்துக் கொண்டிருக்கிறான். ஒரு சமயம் இறைவன் தன்னை அழைக்காமலே யாகம் செய்த தக்கனைத் தண்டித்தான். யாகத்துக்கு வந்திருந்த தேவர்களுக்கெல்லாம் தண்டனை அளித்தான். அப்படி வந்த தேவர்களுக்குள்ளே சந்திரன் ஒருவன். அவனைக் காலாலே தேய்த்தான். அது அவனுக்குரிய தண்டனையானாலும், திருவடியின் சம்பந்தம் பெற்றமையினாலே இறைவன் தலைமேலே அவன் ஏறிக் கொண்டான். அவனைத் தலையிலே தூக்கி வைத்துக் கொண்டான் இறைவன். 'காலிலே மிதிபட்ட ஒன்றைத் தலையிலே தூக்கி வைத்துக்கொண்டான் ஒருவன்' என்று சொன்னால் அவனைப் பித்தன் என்று சொல்வதிலே என்ன தவறு?

ஒரு வகையில் பைத்தியக்காரனுடைய செயலாகத் தோன்றும். அதுவே, கருணையாகிய பித்துப் பிடித்தவன் இறைவன் என்பதையும் காட்டுகிறது. எப்படி? ஆண்டவன் தன் காலடியிலே யாரேனும் வந்து விழுந்தால், முன்னாலே எத்தகைய அபராதத்தை அவன் செய்திருந்த போதிலும், அதை எண்ணாமல் உடனே அவனுக்கு உயர்ந்த நிலையைத் தந்துவிடுவான். இதனைத்தான் அந்தப் பிறை காட்டுகிறது. மற்றத் தேவர்களெல்லாம் தாங்கள் தாங்கள் செய்த காரியங்களுக்குத் தண்டனை பெற்றார்கள்; மிக்க துன்பத்தை அடைந்தார்கள். ஆனால் தண்டனையாக இருந்தாலும் இறைவனுடைய காலடியிலே புகுந்தமையினாலே பிறைக்கு நல்ல பயன் கிடைத்தது. தெரியாமல் நாக்கிலே தேன் துளி சொட்டிவிட்டாலும் இனிக்கிறது. தெரிந்து சாப்பிட்ட பொழுதுதான் இன்பம், மற்றச் சமயங்களில் இன்பம் இல்லை

என்று சொல்ல முடியுமா? அதுபோலச் சந்திரன் தான் நினைக்காமலே ஆண்டவனுடைய திருவடி சம்பந்தம் பெற்றான். இறைவன் கோபத்தினாலேதான் தேய்த்தான். ஆனால் பெற்றது திருவடி சம்பந்தம். ஆகையினால் உடனே இறைவனுடைய தலையின்மேல் ஏறி உட்கார்ந்து கொண்டான்.

அது மாத்திரம் அல்ல. இறைவனுடைய திருவடி சம்பந்தம் பெறுவதற்கு முன்னாலே அந்தப் பிறை வளர்ந்தது; மீட்டும் தேய்ந்தது. இறைவனுடைய திருமுடியிலே புகுந்த பிறகு அது தேய்வதும் இல்லை; வளர்வதும் இல்லை. உயர்ந்த இடம், நிலையான இருப்பு ஆகியவைகளெல்லாம் இறைவனுடைய திருவடித் தொடர்பினால் உண்டாயின.

பித்தா பிறை சூடீ!

இப்படிப் பித்தன் என்றும், பிறை சூடீ என்றும் சொன்னதால் இறைவனுடைய தன்மை குறைந்துவிடவில்லை. அவன் எப்பொழுதும் தன்னுடைய பெருமையினின்று சிறிதும் குறைவை அடைவதில்லை. அவன் பித்தனாக இருந்தாலும் பிறைசூடியாக இருந்தாலும், ஏனையோருடைய பித்துக்கும் ஏனையோருடைய செயலுக்கும் அவனுடைய இயல்புக்கும் வேறுபாடு உண்டு. பித்தன் காலிலே பட்ட பொருளைத் தலையிலே வைத்துக் கொண்டால் அதிலே ஒரு பயனும் இல்லை. ஆனால் இங்கே காலிலே வைத்த பிறையைத் தலையிலே சூடிக்கொண்டதனால் இறைவனுடைய பெருமையையே உலகம் நன்கு உணர்கிறது.

மனிதனது அடிப்படையான பண்பு அவன் எந்த நிலையில் இருந்தாலும் தோன்றும். ஒரு தையல்காரன் பைத்தியக்காரன் ஆகிவிட்டான். அவன் என்ன செய்வான்? கத்தரிக்கோலால் கத்தரிக்கிற மாதிரியே கையைக் காட்டிக் கொண்டிருப்பான். எழுத்தாளனாக இருந்தால் சதா பேனாவைக் கையில் வைத்துக் கொண்டு ஏதோ எழுதுகிற மாதிரி இருப்பான். சொற் பொழிவாளனாக இருந்தால் எதையாவது உளறிக்

கொண்டிருப்பான். பித்து நிலையிலும் அவரவர்களுடைய பழைய இயல்பு நன்றாகத் தெரியும். அதுபோல, இறைவன் பித்தனாகவும் பிறை சூடியாகவும் இருந்தாலும், அவ்வளவிலும் அவனுடைய பெருந் தன்மையே பின்பும் விட்டு ஒளிர்கின்றதே தவிர, அவற்றில் மற்றவர்களுக்குள்ள சிறுமை இல்லை. எப்போதும் பெருமானாகவே இருக்கிறான். இதை நினைத்தார் சுந்தரமூர்த்தி நாயனார். 'பித்தா பிறைசூடீ பெருமானே' என்று பாடினார்.

அவன் பித்தனாக வந்தாலும் பிறைசூடியாக வந்தாலும் உலகத்தார் போற்றும்படி இருக்கின்ற பெருமை எதனாலே உண்டாகின்றது? இத்தனை செயல்களுக்கும் மூல காரணமாக இருப்பது அவனுடைய அருள். அவன் பித்தனாகத் தோன்றினாலும் மணவாளப் பிரானாகத் தோற்றினாலும் கோவணாண்டியாகத் தோற்றினாலும் விடையில் ஏறினாலும் பூதங்களோடு சேர்ந்து கை தட்டிப் பாடினாலும் இன்னும் என்ன என்ன விதமான கோலங்களையோ திருவிளையாடல்களையோ உடையவனாக இருந்தாலும் அத்தனைக்கும் மூல காரணமா யிருப்பது அவனுடைய அருள். ஆதலின், "பித்தா பிறைசூடீ பெருமானே" என்று மாத்திரம் சொல்லி நிறுத்தவில்லை. அதற்கு மேலே, இவ்வளவுக்கும் மூலப்பொருளாக உள்ள அருளைக் குறித்தார். ஆண்டவன் அருளை உடையவன்; அருளாளன். அவனுடைய திருவுள்ளத்திலே அருள் கொப்புளிப் பதனாலே அவன் பித்தனாகிறான்; பிறைசூடியாகிறான்; பெருமானாகிறான்.

பித்தாபிறை சூடீ பெருமானே அருளாளா!

என்று விளிக்கின்ற விளியிலே எத்தனையோ சாஸ்திரங்களின் உண்மைகளும், அவனுடைய திருவிளையாடல்களின் தத்துவங்களும் பொதிந்து கிடக்கின்றன.

அது மாத்திரம் அல்ல; அருளாளன் என்ற திருநாமம் திருவெண்ணெய்நல்லூரில் இருக்கின்ற எம்பெருமானுடைய பெயர். அங்கே உள்ள கோயிலுக்கு அருள்துறை என்று பெயர்.

சில இடங்களிலே ஊரின் பெயர் வேறாகவும், ஆலயத்தின் பெயர் வேறாகவும் இருக்கும். வெண்ணெய்நல்லூர் என்பது ஊரின் பெயர். அங்கே உள்ள திருக்கோயிலுக்கு அருள் துறை என்று பழைய காலம் முதற்கொண்டே ஒரு பெயர் வழங்குகிறது. அதனை வடமொழியில் கிருபாசிரமம் என்பர். அருளாளப் பெருமான் அங்கே அருள் துறையிலே இருக்கிறான்.

'பித்தா பிறைசூடீ பெருமானே அருளாளா' என்று முதல் அடி நிற்கிறது. அப்படி இறைவனை விளித்த பிறகு தம்மைப் பற்றிப் பேச வருகிறார் ஆரூரர். இறைவனைப் பார்த்த கண்ணைக்கொண்டு பிறகு தம்மைப் பார்த்துக் கொள்கிறார். பெரிய இன்ப அநுபவத்திலே இருப்பவருக்குத் தம்மை மறந்த நிலைதான் தோன்றும். இறைவனுடைய அருள் வெள்ளத்துக் குள்ளே புகுந்த சுந்தரமூர்த்தி நாயனார் ஒரே வியப்பில் மூழ்கினார். ஆண்டவனையன்றி வேறொன்றையும் பாராமல், 'பித்தா பிறைசூடீ பெருமானே அருளாளா!' என்று சொல்லி உருகினார். பிறகு தம்முடைய நினைவு அவருக்குத் தோன்றுகிறது. "எத்தால் மறவாதே நினைக்கின்றேன்" 'எதனாலும் உன்னை மறக்காமல் நினைக்கிறேன்" என்கிறார். 'இறைவனே, இவ்வளவு சிறந்த கருணை உடைய உன்னை நான் எந்தக் காரணத்தினாலும் மறப்பதில்லை. துன்பம் உண்டானாலும் சரி; இன்பம் உண்டானாலும் சரி. உன்னை மறக்கிறது என்பது என்னிடம் இல்லை. வேகமாக ஓடினாலும் சும்மா நடந்தாலும் படுத்துக் கொண்டிருந்தாலும் பேசினாலும் ஒரு மனிதன் மூச்சு விட்டுக்கொண்டே இருக்கிறான். இருதயம் துடித்துக் கொண்டே இருக்கிறது. அந்த இருதயத் துடிப்பை அவனுடைய துக்கமோ சுகமோ நிறுத்தாது. அது மாதிரி உலக வாழ்க்கையில் நான் எந்தவிதமான செயல்களைச் செய்தாலும் செய்யாவிட்டாலும் உன்னை நினைக்கிறதாகிற செயல் எந்தக் காலத்திலும் நிற்பதில்லை என்று சொல்கிறார். 'மற்றச் செயல்கள் கூடுதலும் ஈன்ற மாக நடத்தலும், அடியோடு நிற்றலும் ஆகிய சந்தர்ப்பங்கள் பல உண்டு. அப்படி இல்லாமல் எந்தத் தடை

வந்தாலும், எது முன்னே நின்றாலும் எதனாலும் உன்னை மறப்பதில்லை; மறக்காமல் நினைக் கிறேன்' என்றார்.

எத்தால் மறவாதே நினைக்கின்றேன்.

இறைவனுடைய திருவருளை முதலிலே நினைவு படுத்திக் கொண்டார் சுந்தரர். பின்னாலே தம்முடைய பக்தியைச் சொன்னார். அதற்கு மேலே இன்னும் பக்குவம் எழுகிறது. சொல்லிக்கொண்டு வரும்பொழுதே அவருக்குப் பக்குவம் உயர்ந்துகொண்டு வருகிறது. 'அடடா! நான் நினைப்பதாவது? நான் நினைப்பதாயிருந்தால் முன்னாலே நினைத்திருக்க வேண்டுமே. நீயல்லவா என்னை நினைக்கச் செய்தாய்?' என்று எண்ணுகிறார்; "நினைக்கின்றேன் மனத்து உன்னை வைத்தாய்' என்று முடிக்கிறார்.

"நான் நினைக்கவில்லை; நீ நினைக்கச் செய்கிறாய்" என்று சொல்கிறார்.

பித்தாபிறை சூடீபெரு மானே அரு ளாளா!
எத்தால்மற வாதேநினைக் கின்றேன்மனத்து உன்னை
வைத்தாய்.

இறைவன் நம்மை எப்படியெல்லாம் ஆட்டி வைக்கிறானோ அந்தப்படிதான் நாம் ஆடுகிறோம். அவனை நினைக்கும் திறத்தில்கூட, நாமாக முயன்று அவனை நினைப்பதாக எண்ணுகிறோம். உண்மை அது அன்று. இறைவன் தான் தன்னை நினைக்கும்படியாகச் செய்கிறான். "அவனருளாலே அவன்தாள் வணங்கி" என்பது மாணிக்கவாசகர் வாக்கு. ஒருவன் தன்னை நினைக்க வேண்டும் என்று இறைவன் திருவுள்ளத்தில் அருள் தோன்றினால் அப்பொழுது அந்த மனிதனிடத்தில் அவனைப் பற்றிய நினைப்புத் தோன்றுகிறது. இதை நம்பியாண்டார் நம்பி ஓர் இடத்தில் சொல்லுகிறார்:

"என்னை நினைந்தடிமை கொண்டுஎன் இடர்கெடுத்துத்
தன்னை நினைக்கத் தருகின்றான்."

அவன் தன்னை நினைக்க அருள் தராவிட்டால் நாம் அவனை நினைக்க இயலாது. சுந்தரமூர்த்தி நாயனார் இறைவனைத் தாம் நினைத்ததாக முன்னாலே சொல்ல ஆரம்பித்தார், அதை மாற்றிக்கொண்டு, 'நினைத்தேன் மனத்து உன்னை வைத்தாய்' என்கிறார். 'எந்த வகையினாலும் உன்னை மறவாமல் நினைக்கிறேன்' என்று சொல்ல வந்தவர், அப்படி நினைப்பதற்கு மூலகாரணமாயிருப்பது தம்முடைய முயற்சி அல்ல என்று தெரிந்து கொண்டார். ஆதலால் அதோடு நிறுத்தாமல், 'உன்னை நினைக்கும்படியாக என்னுடைய மனத்திலே நீ வந்து அமர்ந்தாய்' என்று சொல்கிறார்.

எத்தான்மற வாதேநினைக் கின்றேன் மனத்து உன்னை வைத்தாய்.

இப்படியெல்லாம் பாடுவதற்கு இடமாக இருந்தது திருவெண்ணெய்நல்லூர் என்னும் தலத்தில் அருள் துறை என்ற தனிப் பெயருள்ள ஆலயம். இன்றைக்கும் அந்த ஆலயத்தில் சந்நிதிக்கு நேரே வெளியில் சுந்தரமூர்த்தி சுவாமிகள் நின்ற திருக்கோலத்தோடு எழுந்தருளியிருக்கிறார். கோயிலின் மேல் தளத்தில் ஒரு சிறிய சந்நிதி இருக்கிறது. அதை, 'தடுத்தாட் கொண்டவர் கோயில்' என்று சொல்கிறார்கள். மேல் ஏறிப் போய்ப் பார்க்க முடியாது; படிக்கட்டு இல்லை. இறைவன், அங்கே தோன்றி மறைந்தான் என்ற ஒரு செய்தியை இப் பொழுதும் அங்குள்ள மக்கள் சொல்லிக் கொண்டிருக்கிறார்கள். தென்பெண்ணையாற்றின் தென்கரையிலே திருவெண்ணெய் நல்லூர் இருக்கிறது.

"தென்பால் வெண்ணெய் நல்லூர் அருள் துறையுள் அத்தா" என்று அங்குள்ள பெருமானை விளித்துச் சொல்லுகிறார். அத்தன் என்றால் தகப்பனார் என்று பெயர். இறைவன் தம்மிடத்திலே தந்தையைப் போன்ற அன்பு கொண்டு, உரிமையோடு வந்து காத்தருளினான் என்ற நினைப்பினாலே, "வெண்ணெய் நல்லூர் அருள் துறையுள் அத்தா" என்கிறார்.

"உனக்கு ஆளாய் இனி அல்லேன் எனலாமே?" என்று பாட்டு முடிகிறது. இறைவன் எப்பொழுதும் ஆண்டானாக இருக்கிறான். அதனாலே ஆண்டவன் என்ற பெயர் அவனுக்கு உரியதாக இருக்கிறது. உலகில் எத்தனையோ ஆண்டவர்களும் எஜமானர்களும் இருந்தாலும் அவர்களெல்லாம் வேஷ தாரிகளாகிய ஆண்டவர்களே ஒழிய, உண்மையாக உயிர்களுக் கெல்லாம் உரிமையுடைய ஆண்டவர்கள் ஆகமாட்டார்கள். இறைவன் ஒருவன்தான் ஆண்டான் அல்லது எஜமானன். உயிர்கள் அத்தனையும் ஆட்கள்; அவனுக்கு அடிமை. "என்று நீ அன்று நான் உன் அடிமை யல்லவோ?" என்று தாயுமானவர் பேசுகிறார்.

உலகிலுள்ள எல்லா அடிமைகளும் தம்முடைய தலைவன் இன்னான் என்பதை உணரும்பொழுது அவன்பால் பக்தி உண்டாகிறது. இறைவனுக்குத் தாம் அடிமை என்ற நினைவு உள்ளத்திலே முறுகி எழுந்தவுடன் அதற்கு ஏற்ற உணர்ச்சியும் அநுபவமும் உண்டாகின்றன. அந்த அநுபவந்தான் இறைவனுடைய அருளிலே புகும் அநுபவம் என்று பெரி யோர்கள் சொல்கிறார்கள். என்றைக்கு அவனை நன்கு தெரிந்து கொள்கிறோமோ, நம்முடைய நிலை எப்பொழுது நமக்குத் தெளிவாகப் புலனாகிறதோ அப்பொழுது தோன்றுவதுதான் சிவஞானம்.

இறைவனுடைய திருவருளினாலே ஆட்கொள்ளப் பெற்ற சுந்தரமூர்த்தி நாயனாருக்கு இப்பொழுது சிவஞானம் தோன்றி விட்டது. அப்படிச் சொல்வதைக் காட்டிலும், 'சிவஞானியாக இருந்த அவர் இறைவனுடைய திருவருளினாலே உலகத்தில் பிறந்தார்; நாம் தடுத்து ஆட்கொள்வோம் என்று அவன் சொல்ல, அதன்படியே இப்பொழுது ஆட்கொள்ளப் பெற்றார்; அப்படிப் பெற்ற சமயத்திலே சிவஞானம் தோன்றியது போன்ற ஒரு நிகழ்ச்சி நிகழ்ந்தது' என்று சொல்வது பொருந்தும்.

அந்த ஞானம் எத்தகையது? 'நீ எனக்குத் தலைவன் அல்லது ஆண்டான்; நான் உனக்கு ஆள். எனக்கும் உனக்கும் உள்ள

தொடர்பு அநாதி காலமாக வந்து கொண்டிருக்கின்றது; நான் அறியாவிட்டாலுங்கூட இந்தத் தொடர்பு மாறாது. இந்தத் தொடர்பை நான் உணராவிட்டாலும் நீ உணர்ந்து கொள்வாய். இந்தத் தொடர்பை நான் உணரவேண்டும் என்று எப்பொழுது உன் திருவுள்ளத்தில் தோன்றுகின்றதோ அப்பொழுது வந்து உணர்த்துவாய். அப்படி உணர்கின்ற காலம் எளியேனுக்கு இப்பொழுது கிடைத்தது. நீ என்னை ஆட்கொண்டாய். நான் உனக்கு ஆள் அல்ல என்று சொல்லிப் பார்த்தேன்; ஆனாலும் நமக்கிடையே உள்ள தொடர்பானது ஒருவரால் புதியதாக உண்டாக்கப்பட்டது அன்று; என்னுடைய முயற்சியினாலே உண்டானதும் அன்று. அப்படி இருந்தால் பிறராலேயோ என்னுடைய முயற்சியினாலேயோ மாற்றிக் கொள்ள முடியும். இந்தத் தொடர்பு உன்னாலே அமைந்தது. ஆதலால் நான் இப்பொழுது ஆள் அல்லேன் என்று சொன்னால் அந்தத் தொடர்பு முறிந்துவிடாது. உனக்கு ஆளாகிவிட்டு, இப்பொழுது அல்லேன் என்று சொல்லலாமா?"

பொருளைக் கடன் கொடுத்தான் ஒருவன், அந்தப் பொருளை மீட்டுக்கொள்ளும் வரைக்கும் எப்போதும் அதே நினைவாக இருப்பான். கடன் பெற்றுக்கொண்டவர்கள் அத்தனை நினைவோடு இருப்பதில்லை. தங்களுடைய வறுமையினாலோ, பொல்லாத தன்மையினாலோ தாம் கடன் வாங்கினதை மறந்துவிடுவதும் உண்டு. மறவாமல் இருந்தாலும் திருப்பிக் கொடுக்கவேண்டும் என்று நினைப்பதில்லை. கடன் கொடுத்தவனோ ஒவ்வொரு கணமும் அது எப்பொழுது திரும்பிவரும், திரும்பிவரும் என்று நினைத்துக்கொண்டே இருக்கிறான். கடன் வாங்கினவன் இல்லை என்று சொல்லி விட்டாலும் கடன் கொடுத்தவன் தன்னுடைய உரிமையை வற்புறுத்துவான். இறைவனிடத்திலே அடிமை பூண்ட உயிர்கள் எல்லாம் அவனை மறந்துவிட்டாலும் இறைவன் அதை வற்புறுத்தும் சந்தர்ப்பம் சிலருக்கு நேர்கிறது. இறைவன் உன்னைத் தடுத்தாட்கொள்ளுவேன் என்று சுந்தரருக்கு முன்பு வாக்குறுதி அளித்திருக்கிறான். நாயனார் அதை மறந்து விட்டாலும், கடன்

கொடுத்தவன் தன்னுடைய பொருளைக் கைப்பற்றுவதற்கு நினைந்து முயற்சி செய்வதுபோல இறைவன் முயற்சி செய்தான்; வலியத் தடுத்து ஆட்கொண்டான். "நான் உனக்கு முன்பே ஆளாகிவிட்டேன். அந்தப்படி ஆளான திறத்தை நான் மறந்தேனே ஒழிய, அதை விட்டு ஒழிந்தேன் அல்லன். ஆட்கொண்டவனாகிய நீதான் வந்து எனக்கு நினைவுறுத்தினாய். நான் மாட்டேன் என்று சொன்னாலும் நமக்குள் உள்ள உறவு அற்றுப்போகுமா?" என்று கேட்கிறார் சுந்தரர்.

'வெண்ணெய் நல்லூரில் உள்ள அத்தனே, என்னுடைய அப்பனே, என்னை ஆட்கொண்டவனே, நான் உனக்கு அநாதி காலமாக ஆளாக அமைந்திருக்கிறேன். அப்படி இருக்கையில் இப்பொழுது எதையோ நினைத்துக் கொண்டு அல்லது அதை மறந்துவிட்டு, நான் உனக்கு ஆள் அல்லேன் என்று சொன்னால் அது முறையாகுமா? அது நடக்கக்கூடிய காரியமா? அதைக்' காட்டிலும் பேதைமை ஒன்று உண்டா?. என்றெல்லாம் நினைந்து பாடினார் ஆளுடைய நம்பிகள்.

பித்தா! பிறை சூடி! பெரு மானே! அரு ளாளா!
எத்தால்மற வாதேநினைக் கின்றேன்மனத்து உன்னை
வைத்தாய்; பெண்ணைத் தென்பால் வெண்ணெய்
நல்லூர் அருட் டுறையுள்
அத்தா! உனக்கு ஆளாய்இனி அல்லேன்எனல் ஆமே?

[பித்தனே, பிறையைச் சூடுபவனே, பெருமானே, அருளுடையனே, இப்போது எதனாலும் உன்னை மறவாமல் நினைக்கின்ற அடியேனுடைய மனத்தில் உன்னை வைத்தாய்; பெண்ணையாற்றின் தென்கரையில் உள்ள வெண்ணெய் நல்லூரில் அருட்டுறை என்னும் ஆலயத்தில் எழுந்தளியிருக்கும் அப்பனே, உனக்கு அடிமையாகிவிட்டு, இப்போது நான் அடிமையல்லேன் என்று சொல்லலாகுமா?

எத்தால்: எஃதால் என்பதன் திரிபு; எத்தாலும் என்பதில் உள்ள உம்மை செய்யுள் விகாரத்தால் மறைந்து நின்றது.

நினைக்கின்றேன் நினைக்கின்றவனாகிய என்னுடைய. இனி - இப்பொழுது. அல்லேன் ஆள் அல்லேன். ஆமே - ஆகுமா; ஏகார் வினாப் பொருளில் வந்தது.]

சொல்லாய்க் கழிகின்றது

ஒரு கனவான்; அவர் பலகாலம் தமக்குச் சொந்தமாக ஒரு வீடு கட்டிக்கொள்ள வேண்டும் என்று நினைத்தார்; கட்டத் தொடங்கினார். அந்த வீட்டில் எல்லா விதமான வசதிகளையும் அமைக்க முயன்றார். அதன் முகப்பு மிகவும் அழகாக இருக்க வேண்டும் என்று எண்ணினார். முகப்பைப் பார்த்த மாத்திரத்தில் யாவரும் வியந்து பாராட்ட வேண்டும் என்பது அவருடைய அவா. அப்படியே நல்ல வாசலாகச் செய்து அற்புதமான சிங்காரங்களை அமைத்துத் தோரணங்களைக் கட்டினார். வீடு கட்டி நிறைவேறியது. நல்ல நாளில் வீட்டுக் குள்ளே புகுந்தார்; அதிலே வாழத் தொடங்கினார்.

அவர் நல்ல ஆடை ஆபரணங்களைப் புனைந்தார். நாளொரு மேனியும் பொழுதொரு வண்ணமுமாக வளர்ந்து நித்தம் ஓர் உடை உடுத்து எல்லா மக்களுக்கும் தம்முடைய வள வாழ்வின் பெருமையைக் காட்டிக் கொண்டிருந்தார். அவருடைய உடம்பு வரவரப் பருத்தது.

சில காலம் கழித்து அவருடைய இளமை மாறியது. கரு மயிர் நரைத்தது. உடம்பு மெலிவடைந்தது. யார் யாரோ மருத்துவர்கள் வந்து பார்த்தார்கள்; மருத்துவத்தினாலே தீராத நோய் என்று சொன்னார்கள். கடைசியில் அவர் இறந்து போனார்.

அந்த வீட்டில் அவர் நிரந்தரமாக இருக்கவில்லை. 'நல்ல மாளிகையை அமைத்து அலங்காரமான வாசலைக் கட்டி உள்ளே போய் வந்து நடந்தார். அழகான உடைகளை உடுத்தார். பின்பு இளமை மாறி நரைத்தார். இப்பொழுது

இறந்து போனார்' என்று அவருடைய சரித்திரத்தை எல்லாரும் சொல்லிக் கொண்டார்கள்.

அவர் இருந்த காலத்திலே யாவரும் கண்ணாரக் காணும் படியாக நடந்தார்; உடுத்தார்; நரைத்தார். இறந்தபிறகு அவர் செய்தவற்றையெல்லாம் செய்திகளாகப் பேசிக் கொண்டார்கள் மக்கள். இப்பொழுது அவரைப் பற்றியவை எல்லாம் வெறும் வார்த்தைகளாகக் கழிகின்றன. உண்மையான நிகழ்ச்சிகளாக முன்பு இருந்தவை கண்ணிலே காண முடியாமல் இறந்த காலத்துச் செய்திகளாகி, இப்பொழுது வெறும் சொல்லாகி நிற்கின்றன. அந்தச் சொல்லாவது நிலைத்து நிற்கிறதா? அதுவும் இல்லை. இறந்த புதிதில் சில காலம் இறந்தவரைப்பற்றிச் சொல்லிக் கொண்டிருக்கிறோம். 'அடடா! என்ன உயர்ந்த மாளிகை கட்டினார்! அந்த அலங்காரமான வாசலைத்தான் எவ்வளவு ஆசையோடு அமைத்தார்! அதற்கு எத்தனை பணம் செலவழித்தார்!" என்று சொல்லிக் கொண்டிருக்கிறோம். பின்பு சில காலம் கழிந்தால் அவருடைய நினைப்பும் மறந்து போகிறது. அவரைப்பற்றிப் பேசுவதும் நின்றுவிடுகிறது. மறுபடியம் புதிதாக இறந்தவர்களைப் பற்றிப் பேசுகிறோம்.

இப்படி அவர் கழிய, அவரைப்பற்றிய செய்திகள் சொல்லாய்க் கழிகின்றன. உலகத்தில் உள்ள எல்லா மக்களுடைய திறத்திலும் இதே நிலையைப் பார்க்கிறோம். இதுதான் வாழ்வு.

நல்வாயில்செய் தார்நடந் தார்உடுத்தார்
நரைத்தார்இறந் தார்என்று நானிலத்தில்
சொல்லாய்க்கழி கின்றது.

சுந்தரமூர்த்தி நாயனார் இப்படி ஒரு பாட்டில் சொல்கிறார். 'இதனை நான் அறிந்தேன். உலக வாழ்க்கைச் செய்திகளெல்லாம் இறந்த காலத்தில் சொல்லும் படியாக அமைகின்றனவே ஒழிய, எதுவும் நிலையாகச் சொல்லும்படி இருப்பதில்லை. அவ்வாறு இறந்த காலத்தோடு சொல்லும்

சொல்லாவது நிற்கிறதா என்றால், அந்தச் சொல்லும் கழிந்துவிடுகின்றது' என்று சொல்கிறார்.

உலக வாழ்வின் நிலையாமையைத் தெரிந்துகொண்ட போது, நிலைத்த விலாசத்தோடு நிலையாக வாழ்கிறவன் யார் என்று ஆராய்ச்சி பண்ணத் தோன்றுகிறது. அந்த ஆராய்ச்சியிலே, யாரும் எளிதில் தட்டுப்படுவதில்லை. எல்லோரும் இப்படியே, 'நல்வாயில் செய்தார், நடந்தார், உடுத்தார், நரைத்தார், இறந்தார்' என்று சொல்லும்படியாகவே, பிறப்பதும் வளர்வதும் வாழ்வதும் இறந்து படுவதுமாகவே இருக்கிறார்கள். ஒருவரும் நிலையானவர் இல்லையா? இறைவனுடைய அருள் துணை செய்யும்பொழுது, நீடு வாழ்வார் இன்னாரென்ற தெளிவு பிறக்கிறது.

சில காலம் ஓரிடத்தில் வாழ்ந்து பின்பு மறைகின்றவர்கள் மக்கள். அவர்கள் மலத்தோடு சம்பந்தம் உடையவர்கள். அதனால்தான் பிறக்கிறார்கள்; இறக்கிறார்கள். அப்படி இன்றி நீடு உறையும் நின்மலன் ஒருவன் இருக்கிறான். அந்த நின்மலனைத் தெரிந்து கொள்ளும்படி அவனுக்கு ஓர் அடையாளம் இருக்கிறது. அவன் தன் தலையிலே நிலாவைத் தரும் வெண்மதியைச் சூடியிருக்கிறான். மதியை அறிவுக்கு அடையாளமாகச் சொல்வது வழக்கம். இறைவனுடைய திருமுடியிலே சந்திரன் ஒளிர்கின்றான் என்பது, அவன் எப்பொழுதும் ஞானம் நிறைந்தவன் என்பதைக் காட்டுகின்றது. அவன் சூடிய மதியே தேய்வதும் வளர்வதும் இன்றி எப்போதும் இளம் பிறையாக இருக்கிறது. நிலாவை வீசும் வெள்ளை மதியைச் சூடிய நின்மலனாகிய இறைவன் நீடு உறைகின்றான்; தன்னுடைய விலாசத்திலே நெடுங்காலமாக வாழ்கின்றான். 'நல்வாயில் செய்தார், நடந்தார், உடுத்தார், இறந்தார்' என்று சொல்வது போலன்றி, எப்பொழுதும் இருக்கிறான் என்று சொல்லும்படியாக உறைகிறான். அப்படி உறைகிறவனுக்கு, கைலாசம் என்று குறிப்பிட்டுச் சொல்லும் விலாசம் ஒன்று மாத்திரமல்ல; மதுரை, சிதம்பரம் என்று சில விலாசங்கள் மாத்திரமும் அல்ல; அவன் எத்தனையோ இடங்களில் ஒரே சமயத்தில்

உறைகிறான். ஒரே இடத்தில் சில காலமே மக்கள் வாழ்கிறார்கள். உயிர்கள் பல பல இடங்களில் மாறி மாறிப் பிறக்கின்றன; பின்பு இறக்கின்றன. இறைவனோ எல்லா இடத்தையும் தன்னுடைய விலாசமாகக் கொண்டு எல்லாக் காலத்திலும் இருக்கிறான்.

எல்லா இடங்களிலும் இருந்தாலும் அவன் மக்களுக்கு அருள் செய்கின்ற சில இடங்களைப் பெரியோர்கள் நமக்கு எடுத்துக்காட்டியிருக்கிறார்கள். அவற்றைத்தான் தலங்கள் என்று சொல்லுகிறோம். ஒரு விலாசத்தை மிகப் பெரியவர்கள் சொன்னால் அது நாலு பேருக்குத் தெரிகிற ஊர் ஆகிவிடுகிறது. எல்லாக் கோயில்களிலும் இறைவன் எழுந்தருளியிருந்தாலும், பெரியோர்களாகிய சமயாசாரியர்கள் தங்களுடைய திருவாக்காகிய தேவாரம் முதலியவற்றாலே இறைவன் வாழும் இடம் இது என்று ஒன்றைச் சுட்டிக் காட்டும்பொழுது, அந்த இடத்துக்குப் பெருமை அதிகம் ஆகின்றது. பெரியவர்கள் எந்த இடத்தில் அதிகமாகப் பழகுகிறார்களோ அந்த இடத்துக்கு மகிமை மிகுதியாக இருப்பதை உலகில் பார்க்கிறோம்.

சுந்தரமூர்த்தி நாயனாரைப் போன்ற பெரியவர்கள் ஏதேனும் ஒரு தலத்துக்குச் சென்று அங்கே எழுந்தருளியிருக்கும் இறைவனைப் பணிந்து வழிபட்டுத் தம்முடைய திருவாக்காலே மங்களாசாசனம் செய்துவிட்ட பிறகு அது பலருக்குத் தெரிகின்ற சிறப்பான இடம் ஆகிவிடுகிறது; பாடல் பெற்ற தலம் என்ற முத்திரையைப் பெறுகிறது.

இப்பொழுது சுந்தரமூர்த்தி சுவாமிகள் நெல்வாயில் அரத்துறை என்ற இறைவன் திருமாளிகைக்கு வந்து சேர்ந்தார். அங்கே இறைவன் நீடு உறைகின்றான் என்பதை அறிந்தார். அதற்கு முன்னாலே அவர் அறிந்தது என்ன? 'நல்வாயில் செய்தார், நடந்தார், உடுத்தார், நரைத்தார், இறந்தார்' என்று பிற மக்களைப்பற்றி நானிலத்தில் உள்ள எல்லோரும் சொல்லிச் சொல்லி, அந்தச் சொல்லும் அப்பால் கழிந்துவிடுகிறதை அறிந்தார். அதற்கு மேலே நெல்வாயில் அரத்துறையில் நீடு

உறைகின்ற நிலா வெண்மதி சூடிய நின்மலன் ஒருவன் இருக்கின்றான் என்பதையும் நன்றாக அறிந்தார். அந்த விலாசத்தைத் தெரிந்து கொண்டாயிற்று; அந்த இடம் எத்தகையது என்று பார்க்க வேண்டாமா?

வீட்டின் விலாசம் தெரிந்துவிடுகின்றது.

வீட்டை விசாரித்துக் கொண்டு வீதியிலே செல்கிறோம். அது வரைக்கும் அதனுடைய எண்ணை மாத்திரம் தேடிக் கொண்டு வந்த நாம், வீடு தெரிந்த பிறகு உள்ளே புகுந்து அங்கே இருக்கிற அழகான அறைகளையெல்லாம் பார்க்கிறோம். 'எவ்வளவு விசாலமான கூடம்! எத்தனை அறைகள்! அவற்றில் உள்ள அலங்காரங்கள் என்ன!' என்று எல்லாவற்றையும் பார்த்து மாளிகையின் அழகைக் கண்டுகளிக்கின்றோம். அப்படியே சுந்தரமூர்த்தி நாயனார் நெல்வாயில் அரத்துறை என்னும் இடத்துக்கு வந்து ஆண்டவன் நீடு உறைகின்ற தலமென்று அறிந்து, பார்க்கிறார். நெல்வாயில் என்பது தலத்தின் பெயர்; அரத்துறை என்பது கோயிலின் பெயர். சுந்தரமூர்த்தி சுவாமிகள் அந்தத் தலத்தின் அழகையெல்லாம் பார்க்கிறார்.

"ஆறில்லா ஊருக்கு அழகு பாழ்"

என்று பாட்டி சொல்லியிருக்கிறாள். இந்தத் தலம் அழகுடைய ஊர்; ஆறு உள்ள ஊர்.

இங்கே வெள்ளாறு என்ற ஆறு ஓடுகிறது. அதை நிவா என்றும் சொல்லுவார்கள். அந்த வெள்ளாற்றின் கரையின்மேல் நெல்வாயில் அரத்துறை அமைந்திருக்கிறது.

வெள்ளாறு அந்த ஊரிலே தோன்றி நின்றுவிடுவதா? இல்லை. அது மலையிலே பிறந்து இடையிலே பல காடுகளை யெல்லாம் கடந்து நெல்வாயிலையுந் தாண்டிச் செல்கிறது. மலையிலிருந்து வருவதற்கு அடையாளமாக அதில் உள்ள பண்டங்களை அது அடித்து வருகிறது; மலையிலே வளர்கிற பொருள்கள் பல; அவற்றில் அகில் ஒன்று. இயற்கையிலே

மலையில் இருக்கின்ற பொருள்கள் பல; மணிகள், வைரங்கள் அங்கே நிறைந்திருக்கின்றன. கல்லுக்கு இடையிலே வளர்ந்திருக்கின்ற அகிலை அரித்துக் கொண்டு நிவா என்ற வெள்ளாறு வருகிறது. அது மாத்திரமா? ஒளி வீசக்கூடிய மணிகளையுங் கொண்டு வேகமாக வருகிறது.

கல்வாய் அகிலும் கதிர்மா மணியும் கலந்து உந்தி,

அத்தகைய நிவாவின் கரையின்மேல், நெல்வாயில் அரத்துறையிலே நெடுங்காலமாக உறைகின்ற நின்மலனாகிய நிலா வெண்மதி சூடியைப் பார்த்துச் சுந்தரர் பேசுகிறார். பிறைசூடியைப் பார்த்துப் பேசுவதிலே அவருக்கு எப்பொழுதும் விருப்பந்தானே? அவனிடம் ஒரு விண்ணப்பம் செய்து கொள்ளுகிறார். 'உலகத்தில் யார் யாரையோ போய்க் கண்டேன். அவர்களுடைய செய்தியைக் கேட்டேன். அவர்களெல்லாம் வாழ்ந்தார்கள்; செத்தார்கள் என்று கேட்கிறேனே ஒழிய, வாழ்ந்து நிலையாக உறைகிறார்கள் என்று கேட்கவில்லை. நிலையாக உறையும் நின்மலன் நீ என்று அறிந்தேன். உன்னிடத்தில் இப்பொழுது வந்தேன். உன்பால் ஒரு விண்ணப்பம் செய்துகொள்ளுகிறேன். அடியேன் உன்னைத் தொடர்ந்தேன். நான் மற்றவர்களைப்போல் வாழ்ந்து இறந்து படாதவாறு உய்வதற்குரிய வழியை நீ சொல்லவேண்டும்' என்று கேட்கிறார்.

....அடியேன் தொடர்ந்தேன்
உய்யப் போவதோர் சூழல் சொல்லே.

இறைவன் ஒருவன்தான் நிலையாக இருப்பவன் என்பது முதலில் அவ்வளவு சிறப்பாகத் தெரியாது. உலகத்தில் வாழும் மக்களின் வாழ்க்கை நிலையாதது என்பதே முதலில் கண்கூடாகத் தெரியும். அதன் பிறகே இறைவனைத் தொடரும் முயற்சி எழும். அவனைத் தொடர்ந்து உய்யவேண்டும் என்ற ஆர்வமும் உண்டாகும்.

கல்வாய்அகி லும்கதிர் மாமணியும்
கலந்துந்தி வரும்நிவ வின்கரைமேல்
நெல்வாயில் அரத்துறை நீடுறையும்
நிலவெண்மதி சூடிய நின்மலனே!
நல்வாயில்செய் தார்நடந் தார்உடுத்தார்
நரைத்தார்இறந் தாரென்று நானிலத்தில்
சொல்லாய்க்கழி கின்றது அறிந்தடியேன்
தொடர்ந்தேன்உய்யப் போவதோர் சூழல்சொல்லே.

[கல்லினிடையிலே வளர்ந்த அகிலையும் ஒளியை வீசும் பெரிய வைரம் முதலிய மணிகளையும் கலந்து தள்ளிக்கொண்டு வரும் வெள்ளாற்றின் கரைமேல் திருநெல்வாயில் அரத்துறையில் நெடுங்காலமாக எழுந்தருளியிருக்கும், நிலாவை வீசும் வெள்ளைச் சந்திரனைத் திருமுடியில் வைத்திருக்கும் தூய பெருமானே! 'நல்ல வாயிலை அமைத்தார்; வீட்டுக்குள் நடந்தார்; வேண்டிய உடைவகைகளை உடுத்தார்; பிறகு மயிர் நரைக்கலானார்; முடிவில் இறந்தார்' என்று உலகத்தில் வாழ்வானது வெறும் சொல்லாகிப் பின்பு அச் சொல்லும் கழிவதை அடியேன் அறிந்து நின்னைத் தொடர்ந்து புகலாகப் புகுந்தேன். நான் உறுதி பெற்று உய்யப் போவதற் குரியதாகிய ஓரிடத்தைச் சொல்.

கல்-பாறை. மா-பெரிய, நிவா என்றது நிவவு என்று வந்தது, நிலா நிலவு என்று வந்தது போல. நீடு-நெடுங்காலம். நிலா என்பது நில என்று செய்யுளிற் குறைந்து வந்தது. நின்மலன்-மலம் அற்றவன்; இறைவனாகிய பதி இயல்பாகவே மலங்களினின்றும் நீங்கினவன். வாயில்-வீட்டு வாயில்; வாயில் செய்தார் என்றாரேனும் வீட்டைக் கட்டியதையே கருதினார். நானிலம்-உலகம்; நிலத்தைக் குறிஞ்சி, முல்லை, மருதம், நெய்தல் என நான்கு வகையாகப் பிரித்துச் சொல்வது தமிழ் மரபு. பாலை என ஒன்று இருப்பினும் அது இயற்கையான நிலப் பகுதி அன்று; சில காலத்தில் சில இடங்களில் பாலைத் தன்மை உண்டாகும். இயற்கையாக இருப்பவை பாலையைத் தவிர மற்ற நான்குமேயாகும்.

அதனால் நிலத்தை நானிலம் என்று சொல்வது தமிழில் ஒரு மரபாகிவிட்டது. சொல்லாய்க் கழிகின்றது. சொல்லாகி வீணாகின்றது. கழிகின்றது என்பதற்கு வாழ்க்கை என்ற எழுவாயை வருவித்துக்கொள்ளவேண்டும். சூழல்-இடம். இடம் என்றது நிலப் பகுதியை அன்று; 'யாரிடம் போவேன்?" என்று கேட்பதுபோல, 'எவ்விடம் செல்வேன்' என்று கேட்கிறார்.]

'நான் உய்வதற்குரிய இடம் வேறு இல்லை' என்பது குறிப்பு.

திருநெல்வாயில் என்பது நடுநாட்டில் உள்ள தலம். இது ஏழாந் திருமுறையில் மூன்றாம் திருப்பதிகத்தில் உள்ள முதற்பாட்டு.

நம்மால் முடியாது

ஒரு கருத்தைச் சொல்லும்போது அழகாகச் சொல்வது கவிஞரின் இயல்பு. ஒன்றையே வெவ்வேறு வகையாகச் சொல்வார்கள். இறைவனைப் புகழும் துதிகள் தமிழில் எவ்வளவோ இருக்கின்றன. அவை யாவும் ஒரே மாதிரி இருந்தால் சுவை உண்டாகாது. நம்முடைய துன்பங்களை எடுத்து முறையிடுவது, இறைவனுடைய பெருமையை எடுத்துச் சொல்வது, அவனுடைய திருவிளையாடல்களைச் சொல்வது இப்படிப் பல வகையில் இறைவனுடைய துதிகள் இருக்கின்றன.

தேவாரத்திலும் பலவகையான துதிகளைக் காணலாம். இறைவனை முன்னிலைப்படுத்திச் சொல்வது, படர்க்கையாக வைத்துச் சொல்வது என்று வெவ்வேறு வகையில் அமைந்த பாடல்கள் உள்ளன.

சில இடங்களில் இறைவனை இகழ்வது போலத் தோற்றும் பாடல்களும் இருக்கின்றன; ஆனால் அவை மறைமுகமாக அவனுடைய புகழைச் சொல்லுவனவேயாகும். அவற்றை நிந்தாஸ்துதி என்று வடமொழியிலும், பழிப்பது போலப் புகழ்தல் என்று தமிழிலும் சொல்வார்கள். அப்படிச் சொல்வது ஓர் அலங்காரம்.

சுந்தரமூர்த்தி நாயனார் இறைவனுக்குத் தோழராக இருப்பவர். தம்பிரான் தோழர் என்பது அவருடைய பெயர்களில் ஒன்று. இறைவனை மிக எளியவனாக எண்ணிச் சில பாடல்களைப் பாடியிருக்கிறார். இறைவனிடம் மிக நெருங்கிக் கூறும் முறையில் அவை அமைந்திருக்கும். தமக்கு வேண்டிய பொருள்கள் இன்னவையென்றும், அவற்றை உடனே தந்தருள வேண்டுமென்றும் பாடுவார். இன்னும் சில

பாடல்கள் இறைவனைப் பரிகாசம் செய்வது போலவும் அமைந்திருக்கும்.

இவையாவும் சுந்தரமூர்த்தி சுவாமிகள் இறைவனிடத்தில் கொண்ட தோழமைக்கு அறிகுறிகள்.

வேடிக்கையாக அமைந்த பாட்டு ஒன்றை இப்போது பார்க்கலாம்.

ஒரு குடும்பத்தில் வேலை செய்வதற்காக ஒருவன் போகிறான். போய்ச் சில காலம் வேலை செய்கிறான். பிறகு அந்த வீட்டில் வேலை செய்யத் தன்னால் முடியாது என்று கருதி விட்டுவிட்டு வந்துவிடுகிறான். அவனை அவனுடைய நண்பன் கண்டு, "ஏன் அப்பா, அந்த வீட்டை விட்டு வந்து விட்டாய்?" என்று கேட்கிறான். "நமக்கும் அந்த வீட்டுக்கும் சரிப்பட்டு வராது; நம்மால் அங்கே வேலை செய்ய முடியாது" என்று அவன் சொல்லுகிறான். 'அதற்கு என்ன காரணம்?" என்று அடுத்தபடி கேள்வி வருகிறது. அதற்கு அவன் விரிவாகத் தான் பட்ட அநுபவங்களைச் சொல்லுகிறான்.

"அந்த வீட்டிலே எஜமானருக்கு இரண்டு பெண்டாட்டிகள். இரண்டு பிள்ளைகள் வேறு. 'வேலைக்காரனுக்கு வயிறு இருக்கிறது; உணர்ச்சி இருக்கிறது; அவனுக்கும் வாழ்க்கையில் அநுபவிக்க வேண்டிய சுகங்கள் இருக்கின்றன' என்பதைக் கொஞ்சங்கூட நினைக்காமல் அங்கே இருக்கிறவர்களெல்லாம் வேலை வாங்கினார்கள். ஆனால் எனக்கு என்ன வேண்டுமோ அதைக் கவனிக்கவே இல்லை.

ஒரு மனைவி வாயே பேசுவதில்லை; ஆனால் பெரிய ஆரவாரம் செய்வாள். ஒரு பையன் தனக்கு வேண்டியதை வேண்டிமட்டும் வாங்கி வாங்கிச் சாப்பிடுவான்; வேலைக்காரனுக்குக் கொஞ்சம் கொடுக்க வேண்டுமே என்கிற நினைவே இராது. மற்றொரு பிள்ளையோ பார்த்தாலே பயப்படும்படி கையிலே ஆயுதத்தை வைத்துக் கொண்டிருப்பான். அவருடைய முதல் பெண்டாட்டி, செய்த

வேலைக்குத் தக்கபடி கூலி கொடுக்கமாட்டாள். மாத மாதம் சம்பளங் கொடுக்க வேண்டுமே, அதற்கே தகராறு.

"அந்த வீட்டில் இருக்கிற அத்தனை பேரும் என்னுடைய நன்மையைக் கவனிக்காமல் தங்கள் தங்களுக்கு வேண்டிய காரியங்களைச் செய்துகொண்டிருந்தார்கள். நான் அங்கே எப்படி வேலை செய்வது? எனக்கு வேண்டிய பொருள்களை எப்படிப் பெறுவது? சம்பளமும் கிடையாது; சாப்பாடுங் கிடையாது; வேறு நன்மைகளும் இல்லை. ஆகையினாலேதான் நான் விட்டு வந்துவிட்டேன்'' என்று அவன் சொன்னான்.

இப்படிச் சுந்தரமூர்த்தி சுவாமிகள் இறைவனைப் பார்த்துப் பேசுகிறார்; ''சுவாமி, உங்களுக்கு நானும் என்னைச் சார்ந்த அடியார்களும் ஆட்செய்ய மாட்டோம்" என்று சொல்லுகிறார். ஓணகாந்தன் தளி என்ற திருக்கோயிலுக்குச் சென்றபோது இறைவனைத் தரிசித்துத் தேவாரம் பாட ஆரம்பித்தார். அப்பொழுது அவருடைய உள்ளத்திலே பரிகாசமாகப் பாட வேண்டும் என்று தோன்றியது போலும்! பழிப்பது போலப் புகழும் துறையிலே பாட ஆரம்பிக்கிறார்.

'ஓணகாந்தன் தளிஉளீரே!
உங்களுக்கு ஆட் செய்யமாட்டோம்.

காஞ்சீபுரத்தில் இருப்பது ஓணகாந்தன் தளி. செய்ய மாட்டோம் என்று தம்மையும் தம்மைச் சார்ந்த அடியார்களையும் சேர்த்துச் சொல்லுகிறார். என்ன காரணம்?

உம்முடைய தலையின்மேல் ஒருத்தி இருக்கிறாள். அந்தப் பெருமாட்டி வாயே திறப்பதில்லை. ஆனால் அவள் வரும்போதே ஆரவாரம் பெரிதாக இருக்கும். அழகான உம்முடைய சடா பாரத்திலே ஒளி வீசுகின்ற திங்களை வைத்திருக்கின்றீர். அதற்குப் பக்கத்தில் அமர்ந்து கொண்டு அந்தப் பெருமாட்டி அலைக் கரங்களை வீசி ஆரவாரஞ் செய்கிறாள். என்னைக் கண்டால், உனக்கு என்ன வேண்டும், சாப்பிட்டாயா என்று கேட்பதே கிடையாது. வாயை மூடிக்

கொண்டிருக்கிறாள். அவளாலே எனக்கு ஒரு பயனும் இல்லை.

திங்கள் தங்கு சடையின் மேல்ஓர் திரைகள் வந்து புரள வீசும் கங்கை யாளேல் வாய் திறவாள்.

அடுத்தபடியாக உம்முடைய பிள்ளை ஒருவர் வாசலிலே உட்கார்ந்திருக்கிறார். எப்பொழுது போனாலும் அவர் தம்முடைய வயிற்றைக் காட்டிக்கொண்டு உட்கார்ந்திருக்கிறார். எந்தப் பண்டம் வந்தாலும் சரி, தம்முடைய வயிற்றுக்குள்ளே போட்டு கொள்வதற்கு அவர் சித்தராக இருக்கிறார். அவருக்கு எத்தனை கொடுத்தாலும் போதாது. அவரிடமிருந்து நான் எதையாவது வாங்கிக்கொள்வது என்பது சாத்தியமா? அவர் வயிறு மிகப் பெரிது. தம் வயிற்றுக்குப் போடும் திறத்தில் அவர் மகா உதாரியாக இருக்கிறார். மற்றவர்களுக்குக் கொடுப்பதற்கு மனம் வராதே ஒழியத் தம்முடைய வயிற்றிலே தள்ளுவதற்கு அவர் கை தாராளமாக வரும். ஒரு கைக்கு ஐந்து கை படைத்திருக்கிறார். அதில் ஒரு கை மிக நீண்ட கை. அந்தக் கணபதி யினிடத்திலே நான் என்ன நன்மையைப் பெற முடியும்?

கணபதியேல் வயிறு உதாரி.

அடுத்தபடி ஒரு பிள்ளை; அவனுக்குக் குமரன் என்று பெயர். அவன் பக்கத்திலே போக முடியாது. எப்போதும் கையில் வேலை வைத்துக் கொண்டிருக்கிறான். பக்கத்திலே போனால் அந்த வேலைப் பதம் பார்த்து விட்டால் என்ன செய்வது? அருகிலே போய் எனக்கு இது வேண்டும் என்று கேட்ட பிற்பாடல்லவா நன்மை கிடைக்கும்? கண்டவர் களெல்லாம் அஞ்சும்படியான கோலத்தில் அவன் இருக்கிறானே. ஆகவே அவனாலும் நன்மை கிடையாது.

அங்கை வேலோன் குமரன் பிள்ளை.

இவ்வளவு இருக்கட்டும்; வீட்டிலே உள்ள பிள்ளைகள் பராமுகமாக இருந்தாலும் மற்றவர்கள் எப்படி இருந்தாலும் இருக்கட்டும். முக்கியமான தலைவி, அந்த வீட்டுக்குச் சொந்தக்காரி, கவனிப்பதாக இருந்தால் அவர்கள் எப்படி இருந்தாலும் இந்த அம்மாளுடைய தயவினாலே உய்யலாம் என்று நினைக்கலாம். ஆனால் இங்கே, அந்தத் தேவி என்ன செய்கிறாள் தெரியுமா? வேலை வாங்கிக் கொள்வதிலே கெட்டிக்காரி. ஆனால் சம்பளம் கேட்டால் கொடுப்பதில்லை.

வேலைக்குத் தக்க கூலி கொடுக்க வேண்டாமோ? கூலிக்குக் கொற்று என்று பழங்காலத்திலே பெயர். கொற்றன் என்ற பெயரே அன்றன்று கூலிவாங்குகிறவனுக்குப் பெயர். கொற்று என்ற சொல்லிலிருந்து அந்தப் பெயர் வந்தது. அந்தக் கொற்றுக் கொடுத்தால் வேலை நடக்கும். இந்தத் தேவியோ வேலை வாங்கிக் கொள்கிறாள்; கொற்றுத் தருவதில்லை.

கொற்றளந்த நாயகி என்று ஒரு தலத்திலே அம்மைக்குப் பெயர் உண்டு. அன்றன்றைக் கூலியை எம்பெருமாட்டி அளிக்கிறாள் என்ற நினைவோடு பெரியவர்கள் அந்த நாமத்தை வைத்திருக்கிறார்கள், அவனவன் செய்கிற நல்ல தொண்டுக்கு ஏற்றபடி எம் பெருமாட்டியாகிய அருட்சக்தி வேண்டிய போகங்களைப் படியளக்கிறாள் என்பதையே கொற்றளந்த நாயகி என்ற திருநாமம் புலப்படுத்துகிறது.

ஓணகாந்தன் தளியிலே இருக்கிற எம்பெருமாட்டி, கொற்று அட்டி ஆள்வதில்லை. வேலை கொடுப்பாளே தவிரக் கூலி கொடுத்து நம்மை ஆட்கொள்ள மாட்டாள். வேலையை வாங்கிக்கொண்டு கூலிகொடுக்காமல் இருந்தால் வேலைக்காரன் வயிறு காய்வதா?

தேவியார் கொற்று அட்டி ஆளார்.

இப்படி, வாய் திறக்காத பெண்டாட்டி ஒருத்தி, வருகிற பொருளையெல்லாம் தன்னுடைய வயிற்றுக்குள்ளே அள்ளிப் போடுகிற பிள்ளை ஒருவன், எப்பொழுதும் கையிலே வேலை வைத்துக்கொண்டு பயமுறுத்தும் பிள்ளை ஒருவன்,

இவர்களுக்கு மேலாக எவ்வளவு வேலை வாங்கினாலும் கூலி கொடுக்காமல் ஏமாற்றுகிற பெருமாட்டி-இவர்களெல்லாம் இருக்கிற குடும்பத்திலே வேலைக்காரன் ஒருவன் அகப்பட்டுக் கொண்டால் அவன் என்ன ஆவான்? அவன் உடம்பு என்ன கல்லா? அவன் மனசு இரும்பா? அங்கே வேலை செய்யத் தோன்றுமா? "உமக்கு வேலை செய்ய நம்மாலே முடியாது" என்று வேலைக்காரன் சொல்வதுபோல் சுந்தரமூர்த்தி நாயனார் பாடுகிறார்.

திங்கள் தங்கு சடையின் மேல்ஓர்
திரைகள் வந்து புரள வீசும்
கங்கை யாளேல் வாய்தி றவாள்
கணப தியேல் வயிறு உதாரி
அங்கை வேலோன் குமரன் பிள்ளை
தேவி யார்கொற்று அட்டி ஆளார்
நம்மால் முடியாது
உங்க ளுக்கு ஆட் செய்ய மாட்டோம்
ஓண காந்தன் தளிஉ ளீரே!

[ஓணகாந்தன் தளியில் எழுந்தருளியிருக்கும் சிவபெருமானே! சந்திரன் தங்கியிருக்கும் சடையின்மேல் அலைகள் வந்து புரளும்படியாக வீசுகின்ற ஒப்பற்ற கங்கையென்னும் பெண்மணி வாயைத் திறக்கமாட்டாள். கணபதி தன் வயிற்றைப் பொறுத்த மட்டில் உதாரமாக இருக்கிறவன். குமரனாகிய பிள்ளை அழகிய கையிலே வேலைப் பிடித்திருக்கிறான். தேவியார் கூலியைக் கொடுத்து ஆட்கொள்ள மாட்டார். இந்தக் குடும்பத்தில் உங்களுக்கு ஆளாக இருந்து தொண்டு செய்யமாட்டோம்.

ஓர் கங்கையாள் என்று கூட்டவேண்டும். கங்கையாளேல்-கங்கையாளாயின். உதாரி-எல்லையின்றி அளிப்பவன். வேலோன்- வேலைப் பிடித்திருப்பவன்; குமரனாகிய பிள்ளை. கொற்று-கூலி. அட்டி-தந்து. ஆளார்-ஆளாகக் கொள்ளார்.]

பாடுதல் ஒழியேன்

இறைவனுடன் தோழமை பூண்ட சுந்தரமூர்த்தி நாயனார் சில சமயங்களில் அவர்பால் சினம் உடையவரைப் போலப் பாடுவதும் உண்டு. திருநாட்டியத்தான் குடி என்ற தலத்திற்கு அவர் சென்றார். அது சோழ நாட்டில் உள்ளது. அங்கே எம்பெருமான் இரத்தினகிரி நாதன் என்ற திருநாமத்தோடு எழுந்தருளி யிருக்கிறான். தேவியாருடைய திருநாமம் மலர் மங்கை யம்மை என்பது. அங்கே போய்ச் சற்றுச் சினங் கொண்டவர் போலப் பாட ஆரம்பிக்கிறார். "நான் தேவரீரை அடிக்கடி நினைந்து கொண்டும் அணுகிக்கொண்டும் பணிந்து கொண்டும் இருக்கிறேன். ஆனால் தேவரீர்தாம் என்னைப் புறக்கணித்துக் கொண்டிருக்கிறீர்" என்ற கருத்திலே அவர் பாடலானார்.

இறைவனே, கண்டாலே அஞ்சி அகன்று போவதற்குரிய பொருள்கள் உன்னிடம் இருக்கின்றன. அவற்றைக் கண்டு அஞ்சி நான் உன்னை விட்டுச் செல்லமாட்டேன். உன்னுடைய உண்மையான பெருமையை உணர்ந்தவன் நான். புறத் தோற்றத்தைக் கண்டு அஞ்சுபவன் அல்ல.

'பாம்பென்றால் படையும் நடுங்கும்' என்பார்கள். உன்னுடைய திருமேனியில் பாம்பையே ஆபரணமாக அணிந்து கொண்டிருக்கிறாய். இடையிலே கட்டிய நாணும் பாம்புதான். உன்னுடைய பூணும் நாணும் பாம்பாக இருப்பதைக் கண்டால், "ஐயோ, பாம்புகள் நிரம்ப இருக்கின்றனவே!" என்று உன்னை அணுகுவதற்கே மற்றவர்கள் அஞ்சுவார்கள். அவர்கள் அஞ்சிச் செல்லச் செல்ல நீ அரிய பொருளாக விளங்குகிறாய். மற்றவர்களெல்லாம் அஞ்சும்படியும் அணுக இயலாதபடியும் உன் இயல்புகள் இருக்கின்றன. நான் உன்னுடைய உண்மைப் பெருமையை

நன்கு உணர்ந்தவனாகையினால் இவற்றை யெல்லாம் கண்டு அஞ்சுவதில்லை.

பூண் நாண் ஆவதோர் அரவம்கண்டு அஞ்சேன்.

நீ சுடுகாட்டில் நடமாடுகிறாய். சுடுகாட்டுக்குச் சென்றால் வீட்டுக்குள்ளே நுழையும் வழக்கமில்லை; நீராடி விட்டுத்தான் வர வேண்டும். அது தவிர, சுடுகாடு என்று சொன்னாலே மக்களுக்கு அச்சம் உண்டாகிறது. அங்கே பிணம், பேய், பூதம் ஆகியவை இருப்பதாக நினைக்கிறார்கள். நீ அங்கே ஆடல் செய்கின்றாய் என்பதை நன்கு தெரிந்துகொண்டுங்கூட உன்னிடத்தில் எனக்கு இகழ்ச்சியான எண்ணம் உண்டாகவில்லை.

புறங்காட்டு ஆடல்கண்டு இகழேன்.

பாம்பைக் கண்டு அஞ்சாமல் உன்னைக் குறுகினாலும், புறங்காட்டிலே எல்லாரும் இகழும்படியாக ஆடல் செய்கின்றாய் என்பதை நினையாமல் உன்னை அணுகினாலும் நீ என்னிடத்திலே அன்போடு இருப்பதில்லை. 'மற்றவர்கள் இவற்றைக் கண்டு இகழ்ந்து போய்விடுகிறார்கள். இவன் நம்மிடம் அன்போடு அணுகுகிறானே!' என்று எனக்குச் சற்றே கருணை செய்கிறாயா? இல்லை. பராமுகமாக இருக்கிறாய். அப்படிப் பேணாமல் இருந்தாலும்கூட மறுபடியும் நான் உன்னை விடாமல் அணுகுகிறேன். உன்னுடைய உண்மையான பெருமையை நான் உணர்வேன். நான் உன்னை விட்டுவிட்டால் அதனாலே உனக்கு யாதொரு குறையும் இல்லை; எனக்குத்தான் நஷ்டம். உன் பெருமையையும் என் சிறுமையையும் தெளிவாக உணர்ந்திருக்கிறேன். அது காரணமாகவே உன்னை எப்போதும் நினைக்கிறேன். நீ என்னைப் பேணாமல் புறக்கணித்தாலும் நின் பெருமையை நினைக்கிறேன்; நின்னைக் குறை கூறுவது இல்லை. தமக்கு ஒருவர் நன்மை செய்தால் அவரைப் பெருமையை உடையவராக நினைப்பதும், தம்மைக் கவனிக்காமல்

பராமுகமாக இருந்தால் அவர் பெருமையை மறந்து இழிவாக நினைப்பதும் உலகில் சிலருடைய இயல்புகள். உன் பெருமையை, அவ்வாறு இன்றி நீ என்னைக் கவனிக்காவிட்டாலும், நான் மறக்க மாட்டேன்; அதை நன்றாக உணர்ந்து கொண்டிருக்கிறேன்.

பேணீர் ஆகிலும் பெருமையை உணர்வேன்.

பக்தர்கள் தாம் மீட்டும் இந்த உலகில் பிறக்கும் பிறவி வராமல் இருப்பதற்காக உன்னைப் பணிகிறார்கள்; தியானிக்கிறார்கள். பிறவாமையாகிய பயனை அடைய அவர்களுடைய தியானம் பயன்படுகிறது. நான் உன் அருளால் பிறக்க மாட்டேன். இந்த உறுதி எனக்கு இருக்கிறது. பிறவாமைக்கு உரிய துணையாக இருப்பது உன் தியானம். 'அது கிடைத்த பிறகு இந்தத் துணை எதற்கு?' என்று நான் எண்ணவில்லை. நான் இனிப் பிறக்க மாட்டேன் என்று தெரிந்தும் உன்னை மறக்கமாட்டேன். ஒரு பயனைக் கருதி நினைக்கும் நினைப்பு அல்ல இது.

பிறவேன் ஆகிலும் மறவேன்.

நான் எந்த எந்தத் தலங்களுக்கோ வந்து உன்னைக் காண்கிறேன்; எங்கே எங்கே எப்படிக் காண வேண்டுமோ அப்படிக் காண முந்துகிறேன். ஆனால் நீயோ என்னைக் கண் எடுத்தும் பார்க்கவில்லை. நீ பார்க்கவில்லை என்பதனால் நான் உன்னைக் காணாமல் இருப்பதில்லை. மீண்டும் மீண்டும் உன் தரிசனத்தை அவாவிச் செல்கிறேன்.

காணீ ராகிலும் காண்பன்.

என்னுடைய மனத்தில் பிற பொருள்களிலே பற்று உண்டானால் உன்னை நினைக்க முடியாது. நானோ மற்றப் பற்று ஒன்றும் இல்லாமல் உன்னையே நினைத்துக்கொண்டிருக் கிறேன். இப்படி நான் இருப்பினும் உன்னுடைய திருவுள்ளத்திலே எளியேனுடைய நினைவு இருப்பதாகத் தோன்றவில்லை. அப்படி அதனை உணர்ந்தும்

நான் உன்னை மறப்பதில்லை; என் மனத்தால் உன்னையே நினைத்துக் கொண்டிருக்கிறேன். பிறிதொன்றை நினைப்பதில்லை; நினைத்தாலும் அது உன்னோடு தொடர்புடையதாகவே இருக்கும்.

என் மனத்தால், கருதீராகிலும் கருதி.

(கருதீராகிலும் என் மனத்தால் கருதி என்று கூட்ட வேண்டும்.)

நீ என்னைக் காண்பதில்லை; என்னை நினைப்பதில்லை; நான் காணும்படியான அழகான கோலத்தில் இருப்பதில்லை. ஆனாலும் நான் உன்னைக் காணுகிறேன்; கருதுகிறேன். அது மாத்திரமா? உன்னை நினைப்பதனாலும் காண்பதனாலும் என்பால் உண்டாகும் உணர்ச்சியை வடித்துப் பாட்டாகப் பாடிக்கொண்டே இருக்கிறேன். உன்னைக் கண்டால் உன்னுடைய கோலத்தைப் பற்றிப் பாடுகிறேன். உன்னை நினைத்தால் உன்னுடைய பெருமையைப் பற்றிப் பாடுகிறேன். பாடுவதே என்னுடைய வேலையாக இருக்கிறது. அந்த வேலையைத்தானே செய்யச் சொன்னாய்? நீ அப்படிக் கட்டளையிட்டமையினாலே, அந்தக் கட்டளைக்கு இணங்கி, உன்னுடைய அடியைப் பாடுதலை நான் ஒருநாளும் ஒழிய வில்லை.

நானேல் உன்அடி பாடுதல் ஒழியேன்.

உலகத்தில் உள்ள பொருள்கள் நம்முடைய பொறிகளை ஈர்க்கின்றன. அழகிய பொருள்கள் பல நம் கண்களைக் கவர்கின்றன. உலகத்துப் பொருள்களின் அழகிலே மயங்கின நமக்கு இறைவன் அழகனாக வந்தாலே கவர்ச்சி தோன்றாது. பாம்பை அணிந்துகொண்டு வந்தால் நாம் எங்கே காணப் போகிறோம்? அவனுடைய உண்மையான பெருமையை நன்கு உணர்ந்தவர்கள் அவனிடம் அன்பு கொள்வார்கள். அந்த அன்பினால், அவன் எப்படி இருந்தாலும் அவனைச் சார வேண்டும் என்று நினைப்பார்கள். இதுதான் உண்மையான பக்தர்களுடைய இயல்பு. அழகான பொருளைக் கண்டு அதனிடம் செல்வது குழந்தைகளின் இயல்பு. உலகிலுள்ள

எல்லோரும் கண்ணுக்கு அழகான பொருளைக் காதலிப்பார்கள்.

இறைவன் நல்ல பக்குவம் உடையவர்களுக்கு அருள் செய்யவேண்டும் என்ற நினைப்பினால் மக்களுடைய மனத்தைக் கவராத வகையில் கோலம் கொள்கிறான். தன் திருமேனியிலே பாம்பை அணிந்திருக்கிறான். அதைக் கண்டு ஏமாந்து போகிறவர்கள் பலர். பாம்பு பூண்ட திருமேனியை நத்திச் செல்பவர் யார்?

எல்லாருக்கும் வாழ அழகான இடங்களைக் கொடுத்துத் தான் மாத்திரம் எல்லாரும் பயப்படுகின்ற இடத்திலே குடி இருக்கிறான், இறைவன். யாவருக்கும் அழகான அணிகளை யெல்லாம் கொடுத்துவிட்டுத் தான் மட்டும் நஞ்சுடைய நாகத்தைப் புனைந்திருக்கிறான். மிகப் பெரியவர்கள் பலருக்குப் பயன்படுகிற பொருள்களைத் தாம் பயன்படுத்திக் கொள்ளாமல் பிறருக்கே பயன் படும்படியாகச் செய்வார்கள்; மற்றவர்கள் பயன்படுத்தியது போக எஞ்சியதை உபயோகப்படுத்துவார்கள். ஒரு வீட்டிலே இருக்கிற தாய் தன்னுடைய கணவனுக்கும் குழந்தைகளுக்கும் நல்ல உணவுப் பொருளைக் கொடுத்து விட்டு எஞ்சியிருப்பது வண்டலாக இருந்தாலும் கருகலாக இருந்தாலும் உண்ணுவது இயல்பு. அது அவளுடைய உண்மை அன்பினால் விளையும் செயல். அவ்வாறே எல்லாப் பொருள்களையும் உலகத்தில் உள்ள ஆருயிர்கள் நுகரும்படி படைத்தான் இறைவன். அழகான பொருள்களை அந்த மக்களும் தேவர்களும் அணிந்து கொள்ளச் செய்தான். தான் மாத்திரம் நஞ்சுடைய நாகத்தை அணிகிறான். பெரிய பெரிய இடங்களை, அழகான இடங்களை, அவர்களுக்குக் கொடுத்து விட்டுத் தான் மாத்திரம் சுடுகாட்டில் இருக்கிறான்; அங்கே ஆடுகிறான்.

சுடுகாட்டிலே ஏன் ஆடவேண்டும் இறைவன்? அங்கேதான் மக்களுக்கு நிலையாமை புலப்படும். எங்கே அவர்கள் நிலையாமையை உணருகிறார்களோ அந்த இடத்திலே ஆண்டவனுடைய அருள் தோன்றும். அதனால்தான் புறங்

காடாகிய சுடுகாடு இறைவனுக்கு ஏற்ற கோயிலாகிறது. எத்தனையோ வகையான நிலையில் இருக்கிற மக்கள் நன்றாக வாழும்போது இறைவனை நினைக்கமாட்டார்கள்; தம்முடைய வாழ்வு நிலையாதது என்றும் நினைப்பதில்லை. ஆனால் யாரேனும் ஒருவர் இறக்கும்போது பிணத்தோடு சுடுகாட்டுக்குப் போனால், "நாளைக்கு நாமும் இப்படித்தான் இறப்போம்" என்ற நினைப்பு வருகிறது. யாராக இருந்தாலும் புறங்காட்டில் உலகம் நிலையாது, உடம்பு நிலையாது என்று தெரிந்து கொள்கிறார்கள். அது ஒருவகை ஞானந்தானே?

புறங்காட்டில் முதலில் உடம்பின் நிலையாமை தோன்றுகின்றது; இந்த உயிர் உடம்பிலிருந்து போய்விடும் என்ற பயம் உண்டாகிறது. அதன் பின்பு நமக்குத் துணையாக இருப்பவன் ஆண்டவன் என்ற பக்தி எழுகிறது. பயத்துக்குப் பின் உண்டாகும் பக்திதான் சிறப்பாக நிற்கும். பயபக்தி சுடுகாட்டில் எழுகிறது. எங்கே இறைவனிடம் பக்தி உண்டாகிறதோ அந்த இடம் கோயிலுக்குச் சமமானது.

இறைவனிடம் எவை இகழ்ச்சிக்கு உரியனவாக மற்றவர்களுக்குத் தோன்றுகின்றனவோ, அவை உண்மையை உணர்ந்து அன்பு செய்கிறவர்களுக்கு வேறு விதமாகத் தோன்றும்; இறைவனுடைய உண்மை இயல்புகளை அவை உணர்த்துகின்றன என்று தெரியும். அப்படித் தெரிந்து கொண்டவர் சுந்தரர்.

பூண்நாண் ஆவதோர் அரவம்கண்டு அஞ்சேன்;
புறங்காட்டு ஆடல்கண்டு இகழேன்;
பேணீர் ஆகிலும்பெருமையை உணர்வேன்;
பிறவேன் ஆகிலும் மறவேன்;
காணீர் ஆகிலும் காண்பன்; என்
மனத்தால் கருதீர் ஆகிலும் கருதி,
நானேல் உம்அடி பாடுதல் ஒழியேன்;
நாட்டியத் தான்குடி நம்பீ!

[திருநாட்டியத்தான் குடியில் எழுந்தருளியிருக்கும் எம்பெருமானே! தேவரீருக்கு மேலே அணியும் அணிகளும் இடையில் அணியும் அரைநாணும் ஆக உள்ளவையாகிய பாம்பைக் கண்டு அஞ்சமாட்டேன்; சுடுகாட்டில் நீர் ஆடுவதைக் கண்டு இகழ மாட்டேன்; அடியேனைப் பாதுகாவாவிட்டாலும் உம்முடைய பெருமையை நன்கு உணர்வேன்; இனிப் பிறக்கமாட்டேனாயினும் உம்மை மறக்கமாட்டேன்; அடியேனைக் கண்ணெடுத்துப் பாராவிட்டாலும் அடியேன் உம்மைத் தரிசனம் செய்து கொண்டிருப்பேன்; தேவரீர் அடியேனைத் திருவுள்ளத்தில் கொள்ளீரானாலும் என் மனத்தில் தேவரீரை நினைத்து உம்முடைய திருவடியைப் பாடுதலை என்றும் ஒழிந்திருக்க மாட்டேன்.

பூண் - அணி, நாண்-அரை நாண். பாம்புகள் பலவானாலும் எல்லாவற்றையும் தொகுதியாக்கி, ஆவது என்று ஒருமையால் சொன்னார்; தொகுதி யொருமை. புறங்காடு-சுடுகாடு. என் மனத்தாற் கருதிப் பாடுதல் ஒழியேன் என்று கூட்டுக. நானேல்-நானோ. நானேல் உணர்வேன், மறவேன், காண்பன், பாடுதல் ஒழியேன் என்று கூட்டுக. நம்பி; விளி; நம்பி;தலைவன்; ஆணிற் சிறந்தான்.]

மாரன் அழிவும் குமாரன் அவதாரமும்

இறைவனைப்பற்றிய வரலாறுகள் பல புராணங்களில் காணப்படுகின்றன. அவற்றைப் படிக்கும்பொழுது கதைச் சுவை ஓரளவு இருந்தாலும் சில இடங்களில் உள்ளவை ஒன்றுக்கு ஒன்று முரண்பாடாகத் தோன்றும். புராணங்களை வெறுங் கதைகளாக மாத்திரம் படித்தால் அதில் நமக்குச் சுவை இராது. அவற்றின் ஊடே உள்ள தத்துவங்களைத் தெரிந்து கொண்டால் அப்பொழுதுதான் அவற்றின் பெருமை நன்கு விளங்கும்.

ஒரு தத்துவத்தை அப்படியே எடுத்துச் சொன்னால் அதில் சுவை தோன்றாது. அதைக் காவியமாகவோ கதையாகவோ புனைந்து சொன்னால் அதில் மனம் செல்லும்; ஆர்வம் உண்டாகும். புராணங்கள் சிறு குழந்தைகளுக்குச் சொல்லும் கதைகளைப் போன்ற அமைப்பை உடையன; அதனால் அவற்றைச் சிசு சம்ஹிதை என்று வடமொழியில் சொல்வார்கள். "சத்தியம் பேசு" என்று மாத்திரம் சொன்னால் அது கேட்கப் பிடிப்பதில்லை. அதை ஒரு கதையில் வைத்துச் சொன்னால் சுவை பிறக்கிறது. சத்தியத்துக்காகவே ஒருவன் வாழ்ந்து, எத்தனை தடை வந்தும் சத்தியத்தையே பேசினான் என்று அரிச்சந்திரன் கதையைச் சொன்னால் காது கொடுத்துக் கேட்போம். சத்தியம் பேசு என்பது சாத்திரம் வேதமும் அப்படியே சொல்கிறது. அதையே அரிச்சந்திரன் கதையாகப் புராணம் சொல்கிறது. முதலிலே சொன்னது வெறும் தத்துவம்; பின்னாலே சொன்னது அந்தத் தத்துவத்தை உள்ளடக்கிய கதை. குழந்தைகளுக்குக் கதை சொல்லுவது போலப் புராணங்களை நம்முடைய பெரியவர்கள் 'சொல்லியிருக்கிறார்கள்; திருவருளைத் துணையாகக் கொண்டு சொல்லியிருக்கிறார்கள்.

இறைவன் செய்தருளிய திருவிளையாடல்களைப் புராணங்கள் சொல்லுகின்றன. சில இடங்களில் முரண்பாடு இருப்பது போலத் தோன்றும். சிவபெருமானைப் பற்றிய கதைகள் பல. அவற்றுள் சிவபெருமான் காம சங்காரம் பண்ணினான் என்று ஒரு கதை வருகிறது. இறைவனுடைய மனத்தைக் கலைப்பதற்காகத் தன்னுடைய மலர் அம்புகளுடனும் கரும்பு வில்லுடனும் காமன் வந்தான். வந்தவுடன் தன்னுடைய நெற்றிக் கண்ணைத் திறந்து சிவ பெருமான் பார்த்தான். அதனால் காமன் எரிந்தான் என்பது கந்த புராணத் தில் வரும் கதை. அதற்குப் பின்பு இறைவன் தன்னுடைய நெற்றிக் கண்ணிலிருந்து ஆறு பொறிகளை உண்டாக்க, அந்த ஆறு பொறிகளும் சேர்ந்து சரவணப் பொய்கையில் ஆறு குழந்தைகள் ஆயின. அந்த ஆறு குழந்தைகளும் ஒன்றாகச் சேர்ந்து முருகன் என்ற ஒரு மூர்த்தியாக ஆயின. இதுவும் கந்த புராணத்தில் உள்ள வரலாறே.

காமனை எரித்தான் சிவபெருமான் என்பதும், அவன் ஒரு குழந்தையைப் பெற்றான் என்ற செய்தியும் ஒன்றுக்கொன்று முரண்பாடுபோலத் தோன்றுகின்றன. முருகன் சிவபெருமானுக்குக் குழந்தை. உலகில் ஆணும் பெண்ணும் கலந்து இல்வாழ்க்கை நடத்தும்பொழுது அவர்களுக்குக் குழந்தை பிறக்கிறது. குழந்தை பிறப்பதற்கு முன்னாலே ஆணுக்கும் பெண்ணுக்கும் காதல் உண்டாகிறது; காம நுகர்சியை அடைகிறார்கள். அதன் பயனாகக் குழந்தை பிறக்கிறது. ஆனால் இறைவனோ காமத்தைக் கடந்தவன். காம நுகர்ச்சியினாலே அவனுக்குப் பிள்ளை பிறந்தது என்று சொல்வது பொருந்தாது. அதைத்தான் புராணம் நுட்பமாகத் தெரிவிக்கிறது.

மற்றவர்கள் மாரனுடைய ஏவலினாலே காம நுகர்ச்சி பெற்றுக் குமாரர்களை அடைவார்கள். சிவபெருமானோ மாரனுடைய ஏவல் பலிக்காமல் அவனை அழித்தான்; அதற்கு அப்பால் குமாரன் பிறந்தான். குமாரனுடைய ஜனனம் மாரனுடைய முயற்சியினாலே வந்த ஜனனம் அன்று; ஞானத்தின்

விளைவாக வந்த ஜனனம். சுந்தரமூர்த்தி சுவாமிகள் ஒரு திருப்பதிகத்தில் இந்த இரண்டு செய்திகளையும் ஒரு சேர வைக்கிறார்.

சோழ நாட்டில் உள்ள கலயநல்லூர் என்ற ஊருக்கு அவர் போனார். வழக்கம்போல அங்கே இருக்கின்ற இறைவனைத் தரிசித்தார்; தரிசித்துப் பதிகம் பாடினார். அதில் ஒரு பாட்டில் இந்த இரண்டு செய்திகளையும் ஒருங்கே வைத்திருக்கிறார். முருகனை இறைவன் அவதரிக்கச் செய்தான். அப்பெருமான் அவதாரம் செய்வதற்குக் காரணம் என்ன? தேவர்களுக்குரிய பொருள்களையெல்லாம் அசுரர்கள் வவ்விக் கொண்டு அவர்களை அடிமைப்படுத்தி விட்டார்கள். இந்திரன் கற்பகத்தோடும் காமதேனுவோடும் வாழ்ந்திருந்த வளவாழ்வை இழந்தான். அவன் எங்கோ போய் மறைந்து கொண்டான். அவனுடைய பிள்ளையாகிய சயந்தனை அசுரர்கள் சிறை வைத்துவிட்டார்கள். இந்திராணியும் எங்கோ ஒடுங்கிக் கிடந்தாள். தேவர்களின் வாழ்வு குலைந்து போயிற்று.

இந்த நிலையில் தேவர்கள் யாவரும் சென்று இறைவனிடம் முறையிட்டுக் கொண்டார்கள். இறைவன் பார்த்தான். 'நாம் எத்தனையோ திருவிளையாடல்களைச் செய்திருக்கிறோம். இப்பொழுது நாமே முருகனாக அவதாரம் செய்வோம்' என்று நினைத்தான். தன்னுடைய ஐந்து முகத்தோடு அதோ முகமாகிய ஒன்றையும் சேர்த்து ஆறுமுக நாதனாக எழுந்தருளினான்.

தானே தந்தையாகவும் தானே பிள்ளையாகவும் இருக்கும் நிலை இறைவனுக்கு உண்டு. நம் இயல்புக்கும் இறைவனுடைய இயல்புக்கும் வேறுபாடு உண்டு. தந்தை, பிள்ளை, மனைவி என்று இறைவனோடு சார்த்திச் சொல்லுகின்ற உறவு முறை உலகிலுள்ள மக்களின் உறவு முறையைப் போன்றது அல்ல. அது தத்துவத்தோடு சார்ந்த கருத்தையுடையது.

தானே தந்தையாகவும் தானே குழந்தையாகவும் இறைவன் தோன்றினான். குழந்தையாகத் தோன்றின போது முருகன் ஆனான். எதற்காக அவ்வாறு தோன்றினான்? தேவர்கள் அனைவரும் பிரார்த்தனை செய்துகொள்ள, அவர்களுடைய இடுக்கண்களைத் தீர்த்து அசுரர்களைக் கொன்று மீண்டும் அவர்களுக்குரிய பதவியைத் தருவதற்காகத்தான் முருகன் திரு அவதாரம் செய்தான். அந்த அசுரர்களில் தாருகன் என்பவன் ஒருவன். அவன் ஆனைமுகம் உடையவன். அவனை முருகன் திரு அவதாரஞ்செய்து கொன்ற செய்தியைச் சுந்தரமூர்த்தி நாயனார் முதலிலே நினைக்கிறார். பல வகையான பலத்தை உடைய அசுரன் அவன். அவனைப் பொருது கொன்று உலகத்துக்கு இன்பத்தைத் தந்த பெருமான் முருகன். அந்த முருகனைத் திரு அவதாரஞ் செய்யும்படி செய்தவன் சிவபெருமான்.

பொரும்பலம துடை அசுரன் தாருகனைப் பொருது
பொன்றுவித்த பொருளினைமுன் படைத்துஉகந்த புனிதன்.

முருகனைப் படைத்து உகந்த புனிதன் இறைவன். முருகனுடைய திருவவதாரத்தால் யாவருக்கும் இன்பம் உண்டாவதனால், திரு உள்ளங்களித்தான் ஆண்டவன்.

இறைவன் குழந்தையைப் பெற்றது காம உணர்ச்சி யினாலே விளைந்த செயலா? அவன் காமனையே வென்ற பெருமான் அல்லவா?

கரும்புவிலின் மலர்வாளிக் காமன் உடல் வேவக்
கனல்விழித்த கண்ணுதலோன்.

கரும்பை வில்லாகவும் ஐந்து மலர்களை வாளியாகவும் கொண்டு, தன்னுடைய ஆணையை உலகத்தில் எங்கும் செலுத்தி வெற்றி பெறுகின்ற காமனுடைய உடலம் வெந்து பொடியாகும்படியாக, தன்னுடைய கனல் விழியைத் திறந்தவன்; நெற்றிக் கண்ணை உடையவன் ஆண்டவன்; காமனை எரித்தவன். அவனுக்குக் குமாரன் பிறந்தான்; அது காமத்தின் விளைவினாலே வந்தது அல்ல. மாரன் அழிந்த

பிறகு குமாரன் தோன்றினான். மாரனுடைய மரணமும் குமாரனுடைய ஜனனமும் அடுத்தடுத்து நிசழ்ந்தன. காமத்தை அழித்து வீழ்த்து கின்ற ஞானமே திரு உருவாக முருகன் எழுந்தருளினான்.

அசுரர் என்றும் சுரர் என்றும் வேறு பிரித்துச் சொல்கின்ற இரண்டு சாதிகளும் இரண்டு வகையான குணங்களைக் காட்டுகின்றன. மனிதர்களுடைய உள்ளத்தில் தேவ சம்பத்து, அசுரசம்பத்து என்ற இரண்டு வகையான குணங்கள் இருக்கின்றன. அந்த இரண்டு குணங்களுக்கும் எப்பொழுதும் போர் நடந்து கொண்டே இருக்கிறது.

எப்பொழுது தீய சக்திகளுக்கும் நல்ல சக்திகளுக்கும் போர் உண்டாகிறதோ அப்பொழுதெல்லாம் தேவாசுரயுத்தம் நடப்பதாகத்தான் கொள்ளவேண்டும். ஒவ்வொருவனுடைய மனமும் போர்க்களமாக இருக்கிறது. அந்த மனத்தில் தோன்றுகிற தீய எண்ணங்கள் நல்ல எண்ணங்களை அழிப்பதற்கு முயலுகின்றன. இறைவனுடைய திருவருள் இருந்தால் நல்ல எண்ணங்கள் வெல்லுகின்றன. இல்லாவிட்டால் தீய எண்ணங்கள் மேல் ஓங்கி நிற்கின்றன. புராணத்தில் வரும் போர்கள் இதைத்தான் நமக்கு நினைவூட்டுகின்றன.

ஞானமே உருவானவனாகிய முருகன் அவதாரம் செய்தான். அஞ்ஞானத்தின் மயமாயிருந்த தாருகன், சூரன் முதலிய அசுரர்கள் இறந்து ஒழிந்தார்கள். முருகன் ஞான வடிவினன் என்பதை,

"நீயான ஞான விநோதந் தனைஎன்று நீயருள்வாய்"

என்று அருணகிரிநாதர் சொல்வதிலிருந்து தெரிந்து கொள்ளலாம். சிவகுமாரனுடைய ஜனனம் மனித குமாரர்களுடைய ஜனனத்தைப் போன்றது அன்று. ஞானத்தின் விளைவாக வந்த திரு அவதாரம் அது. ஞானத்துக்குத் தடையாக இருக்கிற காமன் அழிந்த பிறகே குமாரன் எழுந்தருளினான்; அவதாரம் செய்தான். அவதாரம் செய்து

அஞ்ஞானத்தின் உருவங்களாக இருந்த தாருகன் முதலியவர்களைப் பொருதான். மார தகனமும் குமார ஜனனமும் ஆருயிர்களுக்கு அஞ்ஞானம், காமம் முதலியவற்றைப் போக்கும் ஞானத்தையும், இன்பத்தையும் தருகிறவன் இறைவன் என்ற கருத்தையே புலப்படுத்துகின்றன.

பொரும்பலம துடை அசுரன் தாருகனைப் பொருது
பொன்றுவித்த பொருளினைமுன் படைத்துகந்த புனிதன்.
கம்புவிலின் மலர்வாளிக் காமன் உடல் வேவக்
கனல்விழித்த கண்ணுதலோன்.

[போரிடுகின்ற வலிமையை உடைய அசுரனாகிய தாருகனை எதிர்த்து அவனை அழியச் செய்த மகனாகிய முருகனை முன்பு தோற்றுவித்து மகிழ்ந்த தூய பெருமான், கரும்பு வில்லையும் மலரம்புகளையும் உடைய காமனது உடம்பு வேகும்படியாகத் தீயாக விழித்த நெற்றிக் கண்ணை உடையவன்.

பொரும்-போரிடும். பொன்றுவித்த-இறக்கச் செய்த. பொருள்-பிள்ளை. புனிதன்-தூயவன். விலின்-வில்லின்; விகாரம். வாளி-அம்பு. கனல் விழித்த-நெருப்புத் தோன்ற விழித்த. கண் நுதலோன்-கண்ணை நெற்றியில் உடையவன்.]

தலத்தைப் பற்றிய வருணனை பின்பு வருகிறது.

எம்பெருமான் உலகிலுள்ள மக்களையெல்லாம் பாதுகாக்க வேண்டும் என்று கருதி, சர்வாந்தர்யாமியாக இருந்தாலும் மூர்த்தியாகப் பல தலங்களிலே எழுந்தருளியிருக்கிறான். உலகிலுள்ள ஆருயிர்களைக் காக்கவேண்டும் என்று தானே திருவுள்ளத்தில் கொண்டு விரும்பி எழுந்தருளியிருக்கிறான். அவ்வாறு எழுந்தருளியுள்ள ஊர்கள் பல. 'அவற்றில் இப்போது கூறப்புகும் ஊர் யாது?' என்று கேட்டால் சுந்தரர் விடை கூறுகிறார்.

கண்ணுதலோன் கருதும்ஊர் வினவில்

என்று ஆரம்பிக்கிறார்.

கலயநல்லூர் சோற்று வளம் நிரம்பிய சோழ நாட்டில் இருப்பது. நீர் வளமும் நில வளமும் நிறைந்தது சோழ நாடு; எங்கே பார்த்தாலும் காவிரியின் நீர் பரவி வளம்படுத்தும் நாடு. காவிரியிலிருந்து பிரிந்த பல ஆறுகள் அங்கங்கே பாய்ந்து வயல்களை ஊட்டுகின்றன. அத்தகைய ஆறுகளில் அரிசில் ஆறு என்பது ஒன்று. அந்த ஆற்றின் தென்கரையில் கலயநல்லூர் இருக்கிறது. அவ்வாற்றின் நீர்வளம் எத்தகையது? வெண்மையான அலைகளை வீசிக் கரைகளை மோதிக்கொண்டு வருகிறது ஆறு. குடகு மலையிலிருந்து வருகிற காவிரியின் கிளை அது. மலைகளையும் காடுகளையும் கடந்து வரும்பொழுது இடையிலே விளையும் பொருள்களைத் தன்னுடைய திரைக் கைகளாலே ஏந்திக் கொண்டு வருகிறது, காவிரி நதி; ஏலம் இலவங்கம் முதலியவற்றைத் தாங்கி வருகிறது. அவை அரிசிலாற்றிலும் நீரோடு வருகின்றன. இரண்டு கரைகளிலும் அவற்றை வீசுகின்றது.

இரும்புனல்வெண் திரைபெருகி ஏலம்இல வங்கம்
இருகரையும் பொருது அலைக்கும் அரிசில்

(மிக்க வெள்ளத்தின் வெண்மையான அலைகள் பெருகி, ஏலத்தையும் இலவங்கத்தையும் இரண்டு கரைகளிலும் மோதி அலையச் செய்யும் அரிசிலாறு.)

அரிசிலின் நீராலே வளம் பெறுகின்ற ஊரின் இயல்பு எப்படி இருக்கிறது?

அவ்வூரில் எங்கே பார்த்தாலும் பொழில்கள் நிரம்பி இருக்கின்றன. பொழில்களில் பலவகை மரங்கள் வானளவும் உயர்ந்து வளர்ந்து நிற்கின்றன. வேறு நிலங்களில் வளரும் மரங்களும் இங்கே வளர்கின்றன. நெய்தல் நிலத்தில் வளரும் புன்னை மரங்களையும் இங்கே காணலாம். அந்தப் புன்னையின் அடி மரம் கன்னங்கரேலென்று இருக்கிறது. அதன் பூவில் வெள்ளை, சிவப்பு, மஞ்சள் ஆகிய மூன்று

நிறங்களும் உள்ளன. அதன் இதழ்களெல்லாம் வெள்ளையாக இருக்கும். கேசரங்கள் பொன்னிறம் பெற்றிருக்கும். அந்தக் கேசரங்களுக்கு நடுவில் முட்டை வடிவம் போன்ற ஓர் உறுப்புச் சிவப்பாக இருக்கும். இதழ்களெல்லாம் மூடிக்கொண்டு அரும்பாக இருக்கும்பொழுது பார்த்தால் புன்னையின் மொட்டு முகத்தைப் போலத் தோன்றும். கரும் புன்னை வெண்முத்து அரும்புகிறது. பின்பு மலர்கிறது. அப்போது அதனுடைய கேசரங்களெல்லாம் தோன்றுகின்றன.; அவை பொன்னிறம் பெற்றிருக்கின்றன.

முத்தாக அரும்பிப் பொன்னாக மலர்கிறது கரும்புன்னை.

கேசரங்களுக்கு நடுவிலே உருண்டையாகவும் சிவப்பாகவும் ஓர் உறுப்பு இருக்கிறது. பொன்னுக்கு நடுவில் பவளத்தைப் பதித்தது போன்ற காட்சியைத் தருகிறது அது. கரும்புன்னை வெண் முத்தை அரும்பிப் பொன்னை மலர்ந்து பவளத்தின் அழகைக் காட்டுகிறது. புன்னையின் மலர் நல்ல மணத்தை உடையது. வேறு மண மலர்களும் பொழிலில் இருக்கின்றன. எல்லாம் சேர்ந்து கம்மென்று மணக்கும் கடி பொழில்கள் கலயநல்லூரில் மிகுதியாக உள்ளன.

கரும்புனைவெண் முத்து அரும்பிப்
பொன்மலர்ந்து பவளக்
கவின்காட்டும் கடிபொழில்சூழ்
கலயநல்லூர் காணே.

[கரிய புன்னை மரம் வெண்முத்தைப்போல அரும்புகளை விட்டுப் பொன்னைப்போல மலர்ந்து பவளத்தின் அழகைக் காட்டும் மணம் நிறைந்த சோலைகள் சூழ்ந்த கலயநல்லூர்.

புனை-புன்னை. கவின்- அழகு. கடி-நறுமணம். காண்-ஏ; அசை. வினவில், காணே என்றும் கூட்டிப் பொருள் கொள்ளலாம்.]

காமத்தைப் போக்குகின்ற பெருமான், அஞ்ஞான உருவமாகிய தாருகனை அழிக்க ஞான உருவாகிய

முருகனைத் தோற்றுவித்த புனிதன், நீர்வளமும் நிலவளமும் பொருந்திய திருக்கலயநல்லூரில் எழுந்தருளியிருக்கிறான்.

பொரும்பலம் துடைஅசுரன் தாருகனைப் பொருது
பொன்றுவித்த பொருளினைமுன் படைத்துகந்த புனிதன்
கரும்புவிலின் மலர்வாளிக் காமன்உடல் வேவக்
கனல்விழித்த கண்ணுதலோன் கருதும்ஊர் வினவில்,
இரும்புனல்வெண் திரைபெருகி ஏலம்இல வங்கம்
இருகரையும் பொருது அலைக்கும் அரிசிலின்தென் கரைமேல்
கரும்புனைவெண் முத்து அரும்பிப் பொன்மலர்ந்து பவளக்
கவின் காட்டும் கடிபொழில்சூழ் கலயநல்லூர் காணே.

கலயநல்லூர் என்பது கும்பகோணத்துக்கு அருகில் இருக்கிறது. இப்போது சாக்கோட்டை என்று வழங்குகிறது.

வேறாக வந்து அருள்பவன்

எம்பெருமான் நமக்கு வேண்டிய பொருள்களை யெல்லாம் அளித்திருக்கிறான்; உடலையும் உறுப்புக்களையும் வழங்கி யிருக்கிறான். அவனுடைய கருணையை என்ன வென்று சொல்வது! ஆனால் நாம் அந்தக் கருணையைப் பல சமயங்களில் நினைப்பதில்லை. இறைவனை நாம் நினைக்காமல் இருக்கிறோமே என்ற கவலைகூட நம்மிடம் தோன்றுவதில்லை.

சுந்தரமூர்த்தி நாயனார் எப்போதும் இறைவனை நினைத்துக் கொண்டிருக்கிறவர். ஆனாலும் அவருக்குத் தாம் ஒவ்வொருகால் சரியாக இறைவனைச் சிந்திப்பதில்லை என்ற குறையே இருக்கிறது. அன்புடையவர்கள் இவ்வாறு எண்ணுவது இயல்பு. செல்வ வாழ்வில் உள்ள தாய் தன் குழந்தைக்கு எத்தனை வகையான ஆடை அணிகள் அணிந்தாலும் மன நிறைவு பெறமாட்டாள். சிறந்த அன்புடைய நண்பன் மற்றொருவனுக்கு எத்தனை உதவி புரிந்தாலும், "நான் இன்னும் செய்ய முடியவில்லையே!" என்று வருந்துவான். தம் கடமையில் குறை இருப்பதாக எண்ணுவது அன்பின் விசித்திரப் போக்குகளில் ஒன்று. சுந்தரர் இறைவனிடத்தில் முறுகிய அன்புடையவர். அவருக்குத் தம்முடைய அன்பு குறையுடையதாகத் தோன்றுகிறது. அவர் இறைவனிடம் தம் குறையையும், அதை அவன் சிறிதும் பொருட்படுத்தாமல் அருள்புரிவதையும் எண்ணிப் பாடுகிறார்.

இறைவனே! நான் எப்பொழுதும் உன்னை நினைக்க வேண்டியவன். உன்னுடைய திருவருளினாலே எல்லா இன்பங்களையும் பெறுகின்ற நான் உன்னை நினையாமல் இருப்பது மிகவும் தவறு. எனக்குச் சில சமயங்களில்

அகங்காரத்தினாலே மயக்கம் உண்டாகின்றது. தருக்கினால் தலை நிமிர்ந்து போகிறது. அப்படி மோறாந்து ஒவ்வொரு சமயத்தில் உன்னை நினையாமல் இருக்கிறேன். 'இவன் இப்படி நம்மை நினைக்கவில்லையே' என்று நீ என்னை மறந்திருக்கவில்லை. எப்படியாவது என்னை ஆட்கொள்ள வேண்டும் என்பதே உன்னுடைய நினைவு. 'இவன் மறந்து விட்டாலும் நாம் இவனை நினைத்து வேண்டியவற்றைச் செய்ய வேண்டும்' என்ற பேரருள் உடையவன் நீ.

அவரவர்கள் செயல்களுக்கு ஏற்றபடி பலன்களைக் கொடுத்துக் கொண்டு வருகின்ற உனக்கு எத்தனையோ வேலைகள் இருக்கின்றன. தேவர்களும் முனிவர்களும் பக்தர்களும் உன்னிடம் வந்து வேண்டிக் கொள்ளுகிறார்கள். அவர்களுக்கு வேண்டியவற்றை அருளும் செயலிலே நீ ஈடுபட்டிருக்கிறாய். அவரவர்களுடைய விருப்பங்களைக் கூட்டுவிக்கின்ற பெரிய வேலை உனக்கு உண்டு. அந்த வேலைகளுக்கிடையிலே என்னை நீ தனியாக நினைக்கிறாய். வீட்டிலே பல குழந்தைகள் ஓடியாடி விளையாடிக் கொண்டிருக்கும் போது, அவர்களுக்கு வேண்டியவற்றைக் கவனிக்கிறாள் தாய். திடீரென்று மூலையில் கிடக்கின்ற முடக் குழந்தையை நினைத்துக் கொண்டு ஓடி வருகிறாள். மற்றவர்களை விட்டுத் தனியே வந்து எடுத்து உச்சி மோந்து பாலூட்டிச் சீராட்டுகிறாள். அவ்வாறே நீ தனியாக என்னிடத்திலே வருகிறாய். நான் உன்னை நினைப்பதில்லை; உன்னை அழைப்பதில்லை; உன்னைப் பாடுவதில்லை. இருப்பினும், அத்தனை கூட்டத்திலும் நான் இல்லையே என்று நினைந்து தனியாக என்னை நாடி ஓடி வருகிறாய். வந்து என்னுடைய உள்ளத்துக்குள்ளே புகுகின்றாய். உன்னை நினைக்காத உள்ளம் மாசு படிந்திருக்குமே என்று நீ எண்ணவில்லை. எப்படியாவது அந்த உள்ளத்துக்குள்ளே புகுந்து அங்கே உட்கார்ந்துகொண்டு விடுகிறாய். என் உள்ளத்திலே நீ புகுந்த பிறகு நான் உன்னை நினைக்காமல் இருக்க முடியுமா?

மோறாந்து ஓரோருகால் நினையாது இருந்தாலும்
வேறாவந் தென் உள்ளம் புகவல்ல மெய்ப்பொருளே!

(மோறாந்து-தருக்கினால் தலையெடுத்து.)

நீதான் உண்மையான பொருள். மற்றவர்களெல்லாம் அவ்வப்பொழுது என்னிடத்தில் அன்புடையவர்களாகக் காட்டுகிறார்களே ஒழிய அந்த அன்பு மெய்யான அன்பு அல்ல. அவர்கள் பொய்யர்கள். அவர்களுடைய வாழ்க்கை பொய்; அவர்களுடைய செயல்களெல்லாம் பொய், உலகத்திலுள்ள எல்லாருடைய செய்திகளும் அத்தகையனவே. நீ செய்கிற காரியந்தான் உண்மையானது. நீதான் உண்மையான பொருள். உண்மையான பொருளாகிய நீ வந்து, நான் நினைக்கா விட்டாலும் என் உள்ளத்திலே புகுகின்றாய். அதற்குரிய கருணை உனக்குத்தான் இருக்கிறதேயன்றி வேறு யாருக்கும் இல்லை. உனக்கு உள்ள வலிமையே அந்தக் கருணை தானே?

காஞ்சீபுரத்தில் பல கோயில்கள் உண்டு. அவற்றுள் திருமேற்றளி என்பது ஒன்று; பிள்ளையார் பாளையம் என்ற பகுதியில் இருப்பது. அந்தத் தலத்திலேதான் இந்தக் கருத்துக்களையெல்லாம் சுந்தரமூர்த்தி நாயனார் எண்ணுகிறார்.

சுற்றிலும் வயல்கள் நிரம்பிய இடம் அது. தொண்டை நாட்டார் வயல்களைக் கழனி என்று சொல்வார்கள். திருமேற்றளியில் சேறு நிரம்பிய குளிர்ந்த கழனிகள் சுற்றிலும் இருக்கின்றன.

சேறார் தண்கழனித் திருமேற்றளி.

கழனிகளில் சேறு மணக்கிறது. சேற்று வளந்தானே சோற்று வளத்துக்குக் காரணம்?

திருமேற்றளியில் எம்பெருமான் எழுந்தருளியிருக்கிறான். எப்படி எழுந்தருளியிருக்கிறான்? தனக்குச் சமானமாக வேறு

யாரும் இல்லாமல் ஒரு சிங்கத்தைப் போல இருக்கிறான். சிங்கத்துக்குத் தன் காடு பிறன் காடு என்பது இல்லை. அது எந்த இடத்தில் இருந்தாலும் அதனுடைய முழக்கமே சிறப்பாக இருக்கும். ஆண்டவன் எந்த இடத்தில் திருக்கோயில் கொண்டிருந்தாலும் அவன் தலைமை பெற்று வீற்றிருப்பான். இங்கே எம்பெருமான் சிங்கத்தைப் போல வீற்றிருக்கின்றானாம்.

திருமேற் றளி உறையும் ஏறே!

நான் மறந்திருந்தாலும் என்னை மறவாமல் தான் வந்து என்னுடைய உள்ளத்திலே புகவல்ல கருணைப் பெருமானாகிய ஆண்டவன் தான் உண்மையான பொருள். எது உண்மையான பொருளோ அதைத்தான் நாம் நினைக்க வேண்டும். பொய்யான பொருளையெல்லாம் நினைத்துப் போற்றினால் அதனாலே நமக்கு யாதொரு பயனும் உண்டாவதில்லை. ஏதேனும் உண்டானாலும் நிலைப்பதில்லை. இவற்றையெல்லாம் நான் தெரிந்து கொண்டிருக்கிறேன். நீ என்னிடத்திலே மிக்க கருணை உடையான் என்பதையும் தெரிந்துகொண்டேன். அப்படி இருக்க, நான் அடுத்தடுத்து நச்சினாலுங்கூட இன்பந்தராத மக்களிடம் சென்று முயன்று ஒன்றைப் பெறுவதற்காகப் பாடுபடுவது எதற்கு? நான் நினையாமல் இருக்கும்பொழுது என்னை நினைந்து வந்து அருள் செய்யவல்ல பிரானாகிய உன்னைத்தான் நான் நினைக்க வேண்டும். உன்னையன்றி மற்ற யாரையும் நினைக்கமாட்டேன்; புகழமாட்டேன்.

ஏறே! உன்னை அல்லால் இனிஏத்த மாட்டேனே.

இதுவரைக்கும் யார் யாரையோ ஏத்தியிருக்கலாம். அது என்னுடைய அறியாமை. மெய்ப்பொருள் இன்னதென்று அறிகிற வரைக்கும் பொய்ப்பொருளை ஏத்திக் கொண்டிருந் தேன். ஆனால் இப்பொழுது மெய்ப்பொருள் இன்னது என்று அறிந்து கொண்டேன். அந்த மெய்ப் பொருளாகிய நீ என்னிடத்திலே மிக்க கருணை உடையாய் என்பதையும்

அறிந்துகொண்டேன். என்னுடைய உள்ளம் முழுவதும் நீ இடமாகப் பெற்றுக்கொண்ட பிறகு நான் வேறு யாரை நினைக்க முடியும்? நீயே உன்னை நினைக்கும் படியாகச் செய்துவிட்டாய். ஆகையினால் இனி வேறு யாரையும் புகழமாட்டேன்.

மோறாந்து ஓரொருகால் நினையாது இருந்தாலும்
வேறாவந்து என்உள்ளம் புகவல்ல மெய்ப்பொருளே!
சேறு ஆர் தண்கழனித்திருமேற் றளிஉறையும் ஏறே!
உன்னை அல்லால் இனிஏத்தமாட்டேனே.

[தலையெடுப்பினால் ஒவ்வொரு சமயம் அடியேன் உன்னை நினைக்காமல் இருந்தாலும், எனக்கு அருள் செய்யத்திருவுள்ளம் கொண்டு தனியே என்பால் வந்து என் உள்ளத்தில் புகுவதற்கு வல்ல மெய்யான பொருளே! சேறு நிரம்பிய குளிர்ந்த வயல்களைப் பெற்ற திருமேற்றளியில் எழுந்தருளியிருக்கும் சிங்கம் போன்றவனே! இனிமேல் உன்னை அல்லாமல் வேறு யாரையும் நினைந்து புகழமாட்டேன்.

மோறாந்து-தருக்கினால் தலையெடுத்து, வேறா-வேறாக; தனியாக, ஏறு-சிங்கம். இனி-இப்போது.]

காஞ்சீபுரத்தின் மேற்குப் பகுதியில் இருப்பதால் இதற்கு மேற்றளி என்ற பெயர் வந்தது; மேல்பால் உள்ள தளி என்று கொள்ள வேண்டும்; தளி-கோயில். திருமால் சிவ சொரூபம் பெற்ற தலம் என்பது தல வரலாறு. திருமேற்றளியீசர் சந்நிதி ஒன்றும், திருமால் சிவலிங்க உருவான சந்நிதி ஒன்றும் இங்கே இருக்கின்றன. திருஞானசம்பந்தப் பெருமான் பாடலைக் கேட்டுத் திருமால் உருகிச் சிவலிங்க உருவடைந்தார் என்று தல வரலாறு கூறுகிறது.

அருளின் விளைவு

சோழ நாட்டில் கஞ்சனூர் என்பது ஒரு தலம். அங்கே அரதத்தசிவாசாரியார் என்ற ஒரு பெரிய பக்தர் வாழ்ந்திருந்தார். அவர் பல நூல்களை எழுதியிருக்கிறார்; சிவபெருமானிடத்தில் ஆராத காதல் உடையவர். அவர் அங்குள்ள அக்கினிபுரீசுவர சுவாமி கோயிலுக்குத் தினந்தோறும் சென்று வருவார். ஒருநாள் தம்முடைய மாணாக்கர்களுடன் கோயிலுக்குப் போனார். அப்பொழுது தர்மகர்த்தா கோயில் தாசியை மரத்தோடு வைத்துக் கட்டி அடித்துக் கொண்டிருந்தார். அதைக் கண்ட அப் பெரியார், "ஏன் இவளை அடிக்கிறார்கள்?" என்று கேட்டார்.

"இவள் தினந்தோறும் இறைவனுக்குச் சேவகம் செய்ய வேண்டியவள். மூன்று நாளாகச் சொல்லிக் கொள்ளாமல் வெளியூருக்குப் போய்விட்டாள். தன்னுடைய கடமை யினின்றும் பிறழ்ந்ததனால் அடிக்கிறார்கள்" என்று ஒருவர் கூறினார்.

அதைக் கேட்டவுடனே அரதத்த சிவாசரியாருடைய கண்ணிலே நீர் மல்கியது; விம்மி விம்மி அழத்தொடங்கினார். அது கண்டு மற்றவர்களுக்கு ஒன்றும் விளங்கவில்லை. அவருடைய மாணாக்கர்களுக்கும் அந்தக் காட்சி வியப்பாக இருந்தது. தாசி அடிபட்டதைக் கண்டு இரங்குவதற்கு என்ன காரணம் என்று அவர்கள் யோசித்தார்க்ள. தங்கள் குருவினுடைய பெருமையை நன்கு உணர்ந்தவர்களாகையினால் அவர்கள் தவறாக ஒன்றும் நினைக்கவில்லை. ஆனாலும் எதற்காக இப்படி அழுகிறார் என்று, அவர்களுக்குத் தெளிவாகத் தோன்றவில்லை.

பிறகு சுவாமி தரிசனம் பண்ணிக்கொண்டு வீட்டுக்குப் போய்ச் சேர்ந்தார் சிவாசாரியார். அப்பொழுது மாணாக்கர்கள்

மெதுவாக அவரைக் கேட்டார்கள்; "எதற்காகச் சுவாமி இப்படி அழுதீர்கள்?" என்று கேட்டார்கள். அதற்கு அவர் பதில் சொல்லலானார். "மூன்று நாள் இறைவனுடைய திருத் தொண்டைச் செய்யவில்லை என்று தர்மகர்த்தா அவளை ஒறுத்தார். இப்படி என்னை இளமையிலிருந்து இறைவனுடைய தொண்டு செய்யாததற்காக யாரேனும் ஒறுத்திருந்தால் நான் எப்போதோ உய்ந்திருப்பேனே!" என்று சொல்லி மீட்டும் அழுதாராம். அப்பொழுதுதான் அவருடைய உள்ளக் கிடக்கை மாணாக்கர்களுக்குத் தெரிந்தது; மற்றவர்களுக்கும் தெரிந்து எல்லோரும் வியந்தார்கள்.

இறைவனுக்குத் தொண்டு செய்யும் தாசியைத் தர்மகர்த்தா ஒறுத்ததற்குக் காரணம், அந்தத் தாசியினிடத்திலே உள்ள கோபம்; அதற்கு ஏது இறைவனுடைய தொண்டு முட்டுப்பட்டதே என்பதுதான். செய்ய வேண்டிய கடமையைச் செய்யாததற்காக ஒறுத்தார். அது அன்பினாலே பிறந்தது. அரதத்த சிவாசாரியார் அந்த ஒறுத்தலைத் தாமும் வேண்டினார். ஒரு தாய் தன்னுடைய குழந்தை ஏதோ தவறு செய்துவிட்டது என்று தெரிந்து அடிக்கிறாள். தாய்க்குக் குழந்தையினிடத்திலே அன்பு இல்லை என்று சொல்லலாமா? "அணைப்பதும் ஒரு கை, அடிப்பதும் ஒரு கை" என்பது பழமொழி. இரண்டுக்கும் அன்பே காரணம். குழந்தை தவறு செய்யாமல் நல்லபிள்ளை என்று பெயர் வாங்க வேண்டுமே என்பதற்காக அடிக்கிறாள்.

தழுவி, முத்தமிட்டு, வேண்டிய தின்பண்டங்களைக் கொடுப்பதும் அன்புதான். தவறு செய்தால் அடிப்பதும் அன்புதான். இரண்டு வகையும் அன்பாக இருந்தாலும் தோற்றத்தில் அவை வெவ்வேறாகத் தோன்றுகின்றன. ஒன்று கடுமையாகத் தோன்றுகிறது; மற்றொன்று நயமாகத் தோன்றுகிறது. இந்த இரண்டு வகையான அன்பையும் மறக்கருணை, அறக்கருணை என்று பெரியவர்கள் சொல்லுகிறார்கள்.

இறைவன் உலகிலுள்ள உயிர்களுக்குத் துன்பத்தைத் தருகிறான்; ஆகையினால் அவன் கடுமையானவன் என்று சொல்லலாமா? இறைவனைக் காட்டிலும் ஆருயிர்களிடத்திலே அன்புடையவர் வேறு யாரும் இல்லை. தாய் நமக்கு ஒரு பிறவியிலேதான் தாயாக இருக்கிறாள். ஒரு பிறவியிலுங்கூட, சின்னஞ்சிறு குழந்தைப் பருவத்திலே தாய்க்கு எத்தனை அன்பு இருக்கிறதோ, அத்தனை அன்பு அந்தக் குழந்தை பெரியவன் ஆன பிறகு இருப்பதில்லை; அன்பு மாறுபடுகிறது. தாய் எப்பொழுதும் நம்மோடு வர முடியாது. எல்லாப் பிறவியிலும் அவள் தாயாக இருப்பதில்லை. இறைவன் ஒருவன்தான் எல்லா இடத்திலும் எல்லாக் காலத்திலும் எல்லா உயிர்களுக்கும் தாயாக இருக்கிறான். அவனுடைய அன்பு வேறு யாருக்கும் வராது.

அத்தகைய அன்புடைய பெருமான் ஆருயிர்களுக்குத் துன்பத்தைத் தருகிறான்; அதற்கு ஏது அவனுடைய அருள். எப்படித் தவறு செய்த குழந்தையைத் தாய் அடிக்கிறாளோ, அப்படிப் பாவங்கள் செய்த ஆருயிர்களுக்கு அந்தப் பாவத்தின் பயனாகத் தண்டனையைத் தருகிறான் இறைவன்; துன்பத்தைத் தருகிறான். அழுக்காக இருக்கிற துணியைக் கல்லிலே மோதித் துவைத்து அதைச் சுத்தப்படுத்துவது போல, ஆருயிர்களுடைய மாசுகளைத் துன்பத்தினாலே போக்கிவிடுகிறான்.

“சுடச்சுடப் பொன்போல் ஒளிவிடும் துன்பம்
சுடச்சுட நோற்கிற் பவர்க்கு”

என்பது திருக்குறள்.

துன்பத்திலே புடமிட்ட உயிர்கள் பொன் புடமிட்டால் மேலும் மேலும் மெருகு அடைந்து ஒளிவிடுவது போல ஒளியை விடுகின்றன. வாழ்க்கையில் வரும் துன்பங்க ளெல்லாம் ஆருயிர்களுடைய மாசுகளைப் போக்குவதற்குரிய தண்டனை என்று கொள்ளவேண்டும். பக்தர்களுக்கு இறைவன் பல வகையான தண்டனைகளைத் தருகிறான்.

மற்றவர்களை அடுத்தடுத்து ஒறுக்காமல் இருந்தாலும் பக்தர்களைத்தான் அவன் நிச்சயமாக ஒறுப்பான். தன்னுடைய சொந்தக் குழந்தை தவறு செய்யும்போதுதான் தாய் அடிப்பாள். பக்கத்து வீட்டுக் குழந்தை தவறு செய்தால் அதைப்பற்றி அந்தக் குழந்தையின் தாயினிடம் சொல்வாள்; தான் அடிக்க மாட்டாள். தானாக அடிக்க வேண்டுமானால் தன்னுடைய சொந்தக் குழந்தை என்கிற உரிமை இருக்கவேண்டும். அப்படியே இறைவனுடைய அடியார் களுக்குத்தான் அதிகத் துன்பங்கள் உண்டாகும். உடனுக்குடன் அவர்களுடைய மாசுகளையெல்லாம் போக்கித் தூய்மைப்படுத்த வேண்டும் என்ற அருளினாலே இறைவன் அப்படிச் செய்கிறான். இல்லாவிட்டால் அந்த அழுக்கை யெல்லாம் ஒருசேரச் சேர்த்து வைத்து, உரிய தண்டனையை மறுமையிலே அவன் கொடுத்துவிடுவான்.

சுந்தரமூர்த்தி நாயனார் இறைவனுடைய அருளினால் விளைகின்ற விளைவுகளை நினைத்துப் பார்க்கிறார். அடியார்கள் துன்பப்படுவது எதனாலே என்று யோசிக்கிறார். இறைவன் அடியார்களை ஒறுக்கிறான். அப்படி ஒறுப்பதற்குக் காரணம் அடியார்களிடத்திலே உள்ள கோபம் அன்று; அவர்களிடத்திலே உள்ள மாசைப் போக்குவதற்காகத்தான் ஒறுக்கிறான். அதற்கு ஏதுவாயிருப்பது அவனுடைய திருவருள்தான்.

ஒறுத்தாய் நின்அருளில்.

அரசியலில் இன்ன குற்றத்துக்கு இன்ன தண்டனை என்று சட்டம் இருக்கிறது. ஆனால் நாம் செய்கிற குற்றங்களுக்குத் தண்டனை இன்னது என்று எல்லை கிடையாது. காரணம் நாம் செய்யும் குற்றங்களுக்கே எல்லை இல்லை. ஏதோ ஓர் அளவாகக் குற்றம் செய்திருந்தால் அதற்குரிய தண்டனையையும் அளவாகக் கொடுக்கலாம். நாம் செய்கிற குற்றங்களோ மேலும் மேலும் எல்லையற்று வளர்கின்றன. அப்படி வளர்கின்ற குற்றத்துக் கெல்லாம் தண்டனை அளிக்கவேண்டுமானால் நம்முடைய வாழ்வு முழுவதுமே

துன்பப்பட்டுக் கொண்டிருக்க வேண்டும். இறைவன் மக்களுடைய வாழ்வு முழுமையும் துன்ப மயமாக வைப்பதில்லை. துன்பமும் இன்பமும் கலந்ததுதான் வாழ்வு. அடியார்களுக்குத் துன்பத்தையும் தருகிறான்; இன்பத்தையும் தருகிறான். அவர்கள் இன்பம் வந்தாலும் ஆண்டவனுடைடய அருள் என்று நினைக்கிறார்கள்; துன்பம் வந்தாலும் அருள் என்றே நினைக்கிறார்கள்.

மக்கள் செய்த அளவு கடந்த குற்றத்துக்காக அளவு கடந்து இறைவன் ஒறுக்கிறதில்லை. குற்றம் செய்ததற்காக ஓரளவு ஒறுக்கிறான்; அவ்வளவுதான். அவன் ஒறுக்கும் அளவைவிட ஒறுக்காது விட்ட அளவே அதிகம். ஒறுப்பதைவிடப் பொறுப்பதே மிகுதி. பல குற்றங்களை அவன் கவனிப்பதில்லை. அதனால் நாம் உய்கிறோம். நாம் செய்கிற குற்றங்களுக்கெல்லாம் சரியானபடி அளவிட்டு, இன்ன குற்றத்திற்கு இன்ன தண்டனை என்று இறைவன் கொடுத்துக் கொண்டிருந்தால் அதற்கு எல்லையே இராது. நாம் அத்தனை குற்றம் செய்துகொண்டிருக்கிறோம். ஆனாலும் குற்றம் செய்து கொண்டே போனால் அதற்கு ஒரு விளைவும் இல்லாமல் இருக்குமாயின் நமக்கு அறிவு வராது. அதனால் ஓரளவு ஒறுத்து அறிவூட்டுகிறான். பெரும்பாலும் நம் குற்றங்களை அவன் மறந்து மன்னித்துவிடுகிறான்.

அடியேன் பிழைத்தனகள் பொறுத்தாய்.

நமக்கு இறைவன் கொடுக்கிற துன்பம் ஓரளவுக்குள்ளேதான் இருக்கிறது. நம்மிடத்திலே காட்டுகின்ற கருணைக்கு அளவே இல்லை. அவனாலே பொறுக்கப்பெற்ற குற்றங்களுக்கும் அளவில்லை. அவை எத்தனையோ உண்டு; அனைத்தையும் பொறுத்தருள்கிறான்.

பிழைத்தனகள் பொறுத்தாய் எத்தனையும்,

துன்பங்கள் அடுத்தடுத்து வருகின்றன. அவற்றை அநுபவிக்கையில் அப்பொழுதப்பொழுது இறைவன் நம்மைச் சீறுகிறான் என்று தோன்றுகிறது. நம்மிடத்தில்

இத்தனை சிரத்தை கொண்டு அவ்வப்பொழுது திருத்துகிறானே என்று நினைப்பது தான் முறை. அன்பர்கள் அப்படித்தான் எண்ணுவார்கள்.

ஒரு பெண் தன்னுடைய கணவனாலே புறக்கணிக்கப் பட்டிருக்கிறாள். மாமனார் மாமியார் முதலியவர்களோடு அவள் இருக்கிறாள். அவன் வருகிறான்; சாப்பிடுகிறான்; போய் விடுகிறான். அந்தப் பெண்ணோடு பேசுவது இல்லை. இப்படி இருக்கும்பொழுது ஒருநாள் ஏதோ ஒருசிறு குற்றம் செய்ததற்காக அவனுக்குக் கோபம் வந்துவிடுகிறது. அவளை அடித்து விடுகிறான்; அடித்துவிட்டுப் போய்விடுகிறான். மற்ற நாளெல்லம் வாட்டத்துடன் இருக்கிற அந்தப் பெண்மணி அன்று முக மலர்ச்சியோடு இருக்கிறாள். பக்கத்து வீட்டில் உள்ள தோழி மாலை வேளையில் வந்து பேசிக் கொண்டிருக்கும் பொழுது அவளுடைய முக மலர்ச்சியைக் காண்கிறாள். "இது என்ன! என்றும் இல்லாத காட்சியாக இருக்கிறதே!" என்று கேட்கிறாள். "இன்றைக்கு அவருடைய திருவருள் எனக்கும் கிடைத்து" என்று மகிழ்ச்சியோடு சொல்கிறாள். "என்ன செய்தார்?" என்று தோழி கேட்கிறாள். "அவருடைய திருக்கரம் என்மேல் பட்டது'' என்று சொல்லி உவகை அடைகிறாள். “அது என்ன?'' என்று தோழி விவரத்தை விசாரிக்கிறாள், "இன்றைக்கு என்னைத் தொட்டு அடித்தார். என்னையும் ஒரு பொருளாக எண்ணி என்னைத் தம் திருக்கரத்தால் தீண்டினார்" என்று உவகை கொண்டாள். அவளுடைய அன்பின் உயர்வு அது.

அப்படியே அன்பர்களும் தமக்கு ஏதேனும் துன்பம் உண்டானால் இறைவனுடைய திருவருளினால் வந்தது என்று நினைக்கிறார்கள்; "இறைவன் நம்மையும் பொருட் படுத்தி அவ்வப்போது திருத்துகிறான்" என்று நினைத்து மகிழ்கிறார்கள்.

தங்களை அவர்கள் மிகவும் இழிவாகச் சொல்லிக் கொள்வது வழக்கம். செருக்கு உடையவர்கள் சிறிய காரியம் செய்தாலும்கூட, "நான் அது செய்தேன்; இது செய்தேன்" என்று

சொல்லிக் கொள்வார்கள். ஆனால் இறைவனுடைய அருளைப் பெற்ற வர்களோ எப்பொழுதும் தம்மைக் குறைத்துக்கொண்டே பேசுவார்கள்; நாயென்றும் பேயென்றும் சொல்லிக்கொள்வார்கள். "நாயேன் நாயேன்'' என்று சொல்வது அவர்கள் வழக்கம். அதன் கருத்தைச் சிறிது பார்க்கலாம்.

இழிந்தவர்களை நாய் என்று சொல்வது தமிழர் வழக்கம். நம்முடைய வசவுத் தமிழிலே சேர்ந்தவை 'நாயே, பேயே' என்ப. நாயை இழிவாகச் சொல்வதற்குக் காரணம் மற்றவர்கள் கழித்த பொருளை அது உண்ணுகின்றமையே என்று சொல்லலாம். ஆனால் மற்றவர்கள் கழித்த பொருளை உண்ணுகின்ற மற்றொரு விலங்கும் இருக்கிறது. அது பன்றி. பன்றி என்று சொல்லாமல் நாயைச் சொல்வதிலே ஒரு சிறப்பு இருக்கிறது. நாய் மலத்தை உண்ணுவது இழிவுதான். ஆனால் அதைக் காட்டிலும் இழிந்த செயலை அது செய்கிறது. எந்தப் பிராணியும் தான் ஒரு முறை உண்டு வாந்தி எடுத்தால் மீட்டும் அதை உண்ணாது. நாயோ ஒரு முறை உண்டதை வாந்தி எடுத்துவிட்டால் மீட்டும் அதை உண்ணும். அது எவ்வளவு இழிவான இயல்பு! மக்கள் பிறவிதோறும் எத்தனையோ துன்பங்களை அநுபவித்தாலுங்கூட அவற்றை மறந்து அந்தத் துன்பங்களுக்குக் காரணமான செயல்களிலே மீட்டும் ஈடுபடுகிறார்கள். ஒரு பிறவியிலேயே அநுபவத்தில் இது தவறு என்று அறிந்ததை, மீட்டும் செய்கிறார்கள். இது வாந்தியெடுத்த பொருளை மீட்டும் உண்ணும் நாயின் செயலைப் போன்ற தல்லவா? "நான் எத்தனையோ துன்பத்தை அடைந்திருக்கிறேன். அதற்குக் காரணமாக நான் செய்த தவறு தெரிகிறது. ஆனாலும் மீட்டும் மீட்டும் அந்தத் தவறுகளைச் செய்கிறேன்" என்று சொல்வதற்குப் பதிலாக, நான் நாய் போன்றவன் என்று சொல்வது பெரியவர்களுடைய வழக்கம்.

சுந்தரமூர்த்தி நாயனார் அப்படிச் சொல்கிறார். "ஆண்டவனே, என்னை ஒறுத்தாய்; பொறுத்தாய். அவ்வப்போது நான் செய்கிற தீங்குகளையெல்லாம் மறந்து என்னைத் திருத்த

வேண்டும் என்று துன்பங்களைத் தந்தாய். நாய் போன்ற என்னையும் பொருட்படுத்தினாய். கண்டால் அணுகாமல் விலகுவதற்குரியது நாய். நாயைப் போல இருக்கிற என்னைக் கண்டு நீ விலக வேண்டி இருக்க, என்னையும் உன் அருளுக்கு உரிய பொருளாக நினைத்து என்னைத் திருத்த வேண்டும் என்று எண்ணினாய். அதனால் அவ்வப்பொழுது என்னைச் செறுத்தாய்; என்னிடத்திலே கோபங் கொண்டாய். உன்னுடைய கோபம் என்னுடைய லாபம்."

நாயினேனைப் பொருட்படுத்திச் செறுத்தாய்.

நல்ல பொருளிடத்திலே உறவாடுவது மக்களுக்கு இயல்பு. நல்லது அல்லாததானால் அதனிடத்தில் உள்ள தீங்கும் தம்மிடத்தில் ஒட்டிக்கொள்ளுமே என்று அஞ்சுவார்கள். இறைவனோ எந்த விதமான தீங்கினாலும் துன்புறாதவன்; மிக மிக இழிந்த அழுக்குகளையும் மாற்றுகின்ற தூய உருவமாக இருக்கிறவன். பெரு நெருப்புக்கு ஈரம் இல்லை. ஆதலினால் அவன் குற்றம் உள்ள ஆருயிர்களைத் திருத்துவதற்காக அவற்றை அணுகுகிறான். எவை எவை மற்றவர்கள் அஞ்சி விலகுவதற்குரியன என்று நினைக்கிறார்களோ அவைகளெல்லாம் இறைவனுக்கு அணுகுவதற்குரிய பொருள்களாகின்றன.

தேவர்கள் தங்களுடைய வாழ்வு நீடிக்க வேண்டும் என்று கருதியும், மரணமில்லாப் பெருவாழ்வு வாழ வேண்டுமென்று கருதியும் அமுதத்தை உண்டார்கள். அவர்கள் வேண்டி உண்ட உணவு அது. ஆனால் இறைவனோ நஞ்சை உண்டான். அந்த நஞ்சினாலே தனக்குத் துன்பம் வரும் என்ற நினைப்பே அவனுக்கு இல்லை.

ஆலகால விடத்தின் காற்றுத் தம்மேல் பட்டாலும் இறந்துபடக் கூடியவர்கள் தேவர்கள். பாற் கடலில் விடம் தோன்றியபொழுது அவர்கள் ஆண்டவனிடத்திலே வந்து முறையிட்டுக் கொண்டார்கள். உடனே அதைக் கையிலே எடுத்துக்கொண்டு, "இதை நாம் உண்ணுகிறோம்; இதனால்

நமக்குத் துன்பம் இருக்குமா, இராதா?" என்றெல்லாம் யோசிக்காமலே உண்டுவிட்டான். நல்ல பொருளை மாத்திரம் கொள்ளுவது பிறருடைய இயல்பு. அல்லாத பொருளானாலும் அது அல்லாதது என்ற நினைவுகூட இல்லாமல் ஆண்டவன் ஏற்றுக்கொள்ளவான்.

பாற் கடலிலே தோன்றிய ஆலகால விடத்தை, அது தனக்குத் துன்பம் தரும் என்பதைச் சிறிதேனும் அறியாமல் இறைவன் நுகர்ந்தான் என்பதை இன்றைக்கும் காட்டிக்கொண்டு நிற்கிறது இறைவனுடைய நீல கண்டம்.

வேலைவிடம் அறியாமல் உண்டுகண்டம்
கறுத்தாய்.

இறைவனுடைய கருணையை என்னவென்று சொல்வது! எல்லாரும் அஞ்சக்கூடிய ஆலகால விடத்தையே எடுத்து உண்டான் என்றால், குற்றங்கள் செய்கின்ற ஆருயிர்களை அணுகி அவர்களைக் காப்பாற்றுவது பெரிய காரியமா? 'என்னைப் போன்ற குற்றம் உடையவர்களைக் காப்பாற்று வதற்காக முன்பே நீ நஞ்சை உண்டு பயிற்சி பண்ணிக் கொண்டாய் போலத் தோன்றுகிறது' என்ற கருத்தும் இங்கே புலப்படுகிறது. தன் கண்டம் கறுத்தாலும் நஞ்சை அங்கே வைத்திருக்கிறான் இறைவன். அவனைச் சார்ந்தவர்கள் முன்னை நிலை எப்படி இருப்பினும் உயர்வை அடைவார்கள் என்பதைக் காட்டுவது அது.

இந்த எண்ணங்களெல்லாம் சுந்தரமூர்த்தி நாயனாருக்குத் திருக்கழிப்பாலை என்ற தலத்திலே தோன்றின. திருக்கழிப் பாலை வளப்பமான வயல்கள் நிரம்பிய தலம்; தண்ணீர் சூழ்ந்த வயல்கள் பரவியிருக்கின்ற இடம்.

தண்கழனிக் கழிப்பாலை மேயானே!

கழிப்பாலை மேயானைத் தரிசித்து அவனுடைய அருளின் விளைவைச் சொல்லுகிறார். ஒறுப்பதும், பல குற்றங்களை நினையாது அவற்றையெல்லாம் பொறுப்பதும், தம்மையும்

பொருட்படுத்தி அவ்வப்பொழுது திருத்திக்கொள்வதும் ஆகிய காரியங்கள் யாவும் அந்த அருளின் விளைவே என்று நினைந்து பாடி இன்புறுகிறார்.

ஒறுத்தாய் நின் அருளில்; அடியேன் பிழைத்தனகள்
பொறுத்தாய் எத்தனையும்; நாயேனைப் பொருட்படுத்திச்
செறுத்தாய்; வேலைவிடம் அறியாமல் உண்டுகண்டம்
கறுத்தாய்; தண்கழனிக் கழிப்பாலை மேயானே!

[குளிர்ந்த வயல்கள் நிறைந்த திருக்கழிப்பாலை என்னும் திருத்தலத்தில் விரும்பி எழுந்தருளியிருக்கும் இறைவனே! நின்னுடைய திருவருளினால் என்னை ஒறுத்தாய். அடியேன் பிழைத்தவை எவ்வளவானாலும் அவற்றைப் பொறுத்துக் கொண்டாய்; கடலில் தோன்றிய நஞ்சை அதன் தீமை நன்மையை அறியாமல் உண்டு திருக்கழுத்தில் கறுப்பு நிறத்தைக் கொண்டாய்.

நின் அருளில் என்பதை எல்லாவற்றோடும் கூட்டிப் பொருள் கொள்ள வேண்டும். நின் அருளில் ஒறுத்தாய், நின் அருளில் பொறுத்தாய், நின் அருளில் செறுத்தாய் என்று பொருத்துவது சிறப்பு. பிழைத்தனகள் எத்தனையும் பொறுத்தாய் என்று இயைக்கவேண்டும். செறுத்தாய்- கோபித்தாய். வேலை-கடல். கண்டம்-கழுத்து. மேயான்-விரும்பி வாழ்பவன்.]

எல்லாம் இனிமை

இயற்கை அழகைக் காணும்பொழுது மனத்தில் உண்டாகும் இன்பம் அளப்பரியது. கவியுள்ளம் படைத்தவர்களுக்கு அந்த அழகு பலபல கற்பனைகளை உண்டாக்குகின்றது. கலைஞருடைய கண்களுக்குத்தான் இயற்கையின் எழில் மிகமிக இனிதாகத் தோற்றும். சுந்தரமூர்த்தி நாயனார் ஒரு பெரிய கலைஞர். தம்முடைய உள்ளத்தில் தோன்றுகின்ற உணர்ச்சிகளை யெல்லாம் அழகிய சொற்களாலே கோலம் செய்து கவியாகப் பாடும் ஆற்றல் உடையவர்.

இறைவன் படைத்த பொருள்கள் எல்லாவற்றிலுமே அழகு நிரம்பி இருக்கிறது. ஆனால் அதைக் காணும் ஆற்றல் பெற்ற கண்தான் எல்லாருக்கும் இருப்பதில்லை. கண் இருந்தும் காணாத குருடர்களாக மற்ற மனிதர்கள் இருக்கிறார்கள். கலைஞனோ இயற்கையின் எழில் நலங்களையெல்லாம் காணும் கண் படைத்தவனாக இருக்கிறான். அவனுடைய காட்சியில் எல்லாம் அழகாகவே தோற்றுகின்றன. நல்ல நிலாவிலே கருவேல மரத்துக்குக்கூட ஒரு சோபை உண்டாகும். கவிஞனுடைய காட்சியிலே இப்படித்தான், உலகம் முழுவதும் அழகே உருவாகத் தோன்றும்.

சுந்தரமூர்த்தி நாயனார் திருக்கருப்பறியலூருக்குச் சென்றார். சோழ நாட்டில் வளம் பொருந்திய ஊர் அது; வாழையும் நெல்லும் கரும்பும் சிறந்து வளரும் ஊர். நடந்து போகும்பொழுதே ஒரு பக்கத்தில் வாழைகள் நெருங்கி அடர்ந்து வளர்ந்திருப்பதைக் கண்டார். வேலிக்காலிலே வாழைகளை நட்டிருக்கிறார்கள். வேலிதோறும் வாழைகள் நன்றாக வளர்ந்து குலையீன்று நிற் கின்றன. குலைகளில் இயற்கையாகவே கனிகள் குலுங்குகின்றன. வாழையின்

அடிமரத்தில் கொஞ்சம் கருமை படர்ந்திருக்கிறது. மேலே செக்கச்செவேலென்று குலைகள் தள்ளியிருக்கின்றன. நன்றாகக் கனிந்திருப்பதனாலே கனிகளெல்லாம் சிவந்திருக்கின்றன. அந்தப் பழங்களிலிருந்து தேன் சொரிகிறது. இவற்றைக் கண்ணாலே கண்டால் கற்பனை நெஞ்சம் படைத்தவர்களுக்கு எத்தனை அழகாகத் தோன்றும்! வேறு யாராக இருந்தாலும் அந்தச் செங்கனிகள் சொரிகின்ற தேனைக் கண்டால் அவர்கள் நாவிலிருந்து நீர் சொரியுமே. சுந்தரமூர்த்தி நாயனார் அவற்றையெல்லாம் கண்ணாலே கண்டார். கண்ட மாத்திரத்தில் றைவனுடைய நினைவுதான் வந்தது. '"என்ன அழகு! இவற்றையெல்லாம் படைத்த ஆண்டவன் பேரழகனல்லவா?" என்று அவருடைய உள்ளத்திலே இனிமை பொங்கியது.

பின்பு அந்த ஊர்த் திருக்கோயிலுக்குச் சென்றார். அந்தக் கோயிலில் முல்லைக் கொடி படர்ந்திருக்கிறது. முல்லையில் பல சாதிகள் உண்டு. கொகுடி முல்லை என்பது ஒரு சாதி. அதுதான் அந்தத் தலத்துக்குரிய விருட்சம், அதனால் அந்தக் கோயிலுக்குக் கொகுடிக் கோயில் என்று ஒரு பெயர்.

வெளியிலே வாழையின் வளத்தைக் கண்டு, அந்த வாழையில் உள்ள செங்கனிகளின் அழகையும் கண்டு, அந்தக் கனிகளிலிருந்து சொரிந்து வழியும் தேனையும் கண்டு கோயிலுக்கு உள்ளே புகுந்தவர், அங்கும் ஓர் அழகான காட்சியைக் கண்டார். மணம் பரப்பும் முல்லைக் கொடி படர்ந்த பந்தல் அந்தக் கொகுடிக் கோயிலில் இருப்பதைப் பார்த்தார். "என்ன அழகு! இறைவனுடைய படைப்பிலே உள்ள அழகுதான் என்னே!" - அவருடைய உள்ளம் துள்ளிக் குதித்தது.

பின்பு கோயிலுக்குள்ளே சென்றார். இறைவனைத் தரிசித்தார். அவனைப் பார்ப்பதற்கு முன்னாலே எம்பெரு மாட்டியினுடைய நினைப்பு வந்தது. எம்பெருமாட்டிக்கு அங்கே கோல் வளையாள் என்று பெயர். அம்பிகையினுடைய அழகிய திருவுருவத்திலே உள்ளத்தைப் பறிகொடுத்தார்.

அம்மையின் புன்முறுவல் பூத்த திருக்கோலம் அவருக்குத் தோற்றியது.

பெண்களின் அழகைச் சிறப்பிக்கும் போது அவர்களுடைய பற்களின் கூர்மையையும் செறிவையும் ஒளியையும் எடுத்துச் சொல்வது புலவர்களின் மரபு. உடம்பு முழுவதும் அழகு பரவியிருந்தாலும் முகம் ஒளியுடனும் எழிலுடனும் விளங்கினால்தான் அழகியென்று சொல்லுவார்கள். முகத்திற்கு ஒளி தருவது புன்னகை. பற்கள் அழகாக இருந்தாலன்றிப் புன்னகையில் எவ்வாறு அழகு அமையும்?

இங்கே அம்பிகையின் முறுவல் பூத்த முகத்தின் அழகை அப்பெருமாட்டியின் பற்கள் மிகுதியாக்குகின்றன. வெளுப் பாகவும் சிறியனவாகவும் அவை இருக்கின்றன; கூர்மை யாகவும் உள்ளன. மயிலிறகின் அடிக் குருத்தைப் போன்ற வடிவமும் வெண்மையும் பெற்றவை அவை.

குருந்து (குருத்து) ஆய முள் எயிற்றுக் கோல் வளையாளைத் தரிசித்தார் சுந்தரர். கையில் திரண்ட வளையை அணிந்திருக்கிறாள் பிராட்டி.

அழகான காட்சிகள் உள்ள ஊரில் அழகிய முல்லைக் கொடி படர்ந்த கோயிலில் கோல் வளையாள் வீற்றிருந்தாள். அந்தப் பெருமாட்டியோடு எம்பெருமான் வீற்றிருந்தான்.

வேலி தோறும்
கருந்தாள வாழைமேற் செங்கனிகள் தேன்சொரியும்
கருப்ப றியலூர்க்
குருந்தாய முள் எயிற்றுக் கோல்வளையா ளவளோடும்
கொகுடிக் கோயில்
இருந்தானை.

[கருந்தாள-கரிய அடி மரத்தையுடைய. குருந்து-மயிலிறகின் அடிக்குருத்து. முள்-முள்ளைப் போன்ற கூர்மை. கோல்வளை-திரட்சி பெற்ற வளை. கொகுடி-ஒரு வகை முல்லை.]

கொகுடிக் கோயிலில் இருந்த பெருமானைத் தரிசித்தால் வினைகளெல்லாம் போய்விடுகின்றன. எம்பெருமானுடைய தரிசனம் அன்பர்களுடைய உள்ளத்து மாசையெல்லாம் கழுவிவிடும். சுந்தரர் வினை போக எம்பெருமானைத் தரிசித்தார்.

மூன்று கரணங்களையும் எம்பெருமானுடைய திருத் தொண்டிலே ஈடுபடுத்தியவர் சுந்தரமூர்த்தி சுவாமிகள். இறைவனாலே படைக்கப் பெற்ற இயற்கை எழிலையெல்லாம் கண்டார். அந்த ஊருக்குள்ளே புகுந்தது முதற்கொண்டே அந்த அழகு அவர் கண்ணைக் கவர்ந்தது; கருத்தையும் கவர்ந்தது. உள்ளத்தில் இனிமை நிறைந்தது. வாழைப் பழத்திலே ஒழுகுகின்ற தேனைச் சுவைத்தால் நமக்கு எத்தனை இனிமை இருக்குமோ அதற்கு மேற்பட்ட இனிமை சுந்தரமூர்த்தி நாயனாருடைய உள்ளத்தில் நிரம்பிக் கிடந்தது.

அந்த அழகுக் காட்சிகளைக் கண்டு பின் அம்பிகையோடுள்ள இறைவனைப் பார்த்தார். அவர் கையெடுத்துக் கும்பிட்டார்; கீழே விழுந்து வணங்கினார். அவர் உள்ளத்தில் இனிய உணர்ச்சி அப்பொழுது பொங்கியது. அழகான பாமாலை பாட ஆரம்பித்தார். நாமும் பாமாலை பாடுவோம்; வேறு யாரேனும் புலவர் பாடிவைத்ததைப் பாடுவோம். சுந்தரர் அப்படிக் கடன் வாங்க வேண்டிய அவசியம் இல்லையே! இறைவனுடைய ஆணையினால் பாமாலை பாடுவதற்காகவே தம்முடைய வாழ்வை ஈடுபடுத்தியவர் அவர்; சொன்மாலை பாடுக என்று இறைவனே விரும்பிப் பணித்த பெருமையை உடையவர்.

அவர் பாடுகிறார். பாடும்பொழுது புதிய புதிய மாலைகளைப் பாடுகிறார். வேறு ஒரு தலத்திலே பாடிய பாடலை இங்கே பாடித் தலத்தின் பேரை மாத்திரம் மாற்றுகிறாரா? இல்லை. அவருக்குப் புதிய புதிய கற்பனைகள் தோன்றுகின்றன. புதிய புதிய சிந்தனைகள் எழுகின்றன. புதிய புதிய பாடல்கள்

மலர்கின்றன. எம்பெருமானுடைய பெருமையைப் புதிய புதிய முறையிலே அமைத்துப் பாடுகிறார்.

வெறும் சொற்களின் கூட்டமே கவிதை ஆக இருந்தால் புதுமை இராது. எல்லாச் சொற்களும் முன்புள்ள புலவர்களால் ஆளப் பெற்றவையே. வெறும் சொல்லிலே மாத்திரம் கவிதை இல்லை. சொற் கூட்டத்தினூடே உள்ள உயிராகிய உணர்ச்சியிலேதான் கவிப் பண்பு இருக்கிறது. வெறும் சொற் கூட்டத்திலே கவி இருக்குமானால் அகராதி ஒன்றே போதுமே! சொற்களையெல்லாம் கோவைப்படுத்தி உணர்ச்சி துள்ளும் படியாக ஆக்குவது கவிதை. ஒவ்வொரு முறையும் அது புதிதாக இருக்கும்.

தொழிலாளி ஒரு பொருளை இயற்றினால் மீட்டும் மீட்டும் ஒரே மாதிரி செய்வான். குயவன் ஒருவன் மண்பாண்டத்தை வனைகிறான். அவன் வனைகிற பாண்டம் ஒரே மாதிரி இருக்கும். லட்சக்கணக்கான பாண்டங்களை அவன் படைத்தாலுங்கூட எல்லாப் பாண்டங்களும் ஒரு மாதிரியே இருக்கும். ஆனால் கலைஞனுடைய படைப்பே வேறு. அவன் ஒரு கணம் செய்த படைப்பை மீட்டும் செய்யமாட்டான். ஒவ்வொரு கணமும் அவன் படைப்பில் புதுமை தோன்றும். நான்முகன் ஒரு பெரும் கலைஞன். எவ்வளவோ காலமாக மனிதர்களைச் சிருஷ்டித்து வருகிறான். பல இடங்களிலே மக்கள் வாழ்கிறார்கள். இருந்தாலும் ஒருவருடைய முகத்தைப்போல வேறு ஒருவருடைய முகம் இருப்பதில்லை. ஒவ்வொன்றிலும் ஒரு புதுமை. கலைஞனிடத்தில்தான் இந்தப் புதுமையைக் காணமுடியும். கவிதை யிலுள்ள சொற்கள் முன்னாலே பல கவிஞர்கள் எடுத்தாண்ட சொற்களாக இருந்தாலும் அவற்றின் கோவையில், புதிதாகப் புகுத்திய உணர்ச்சியில் புதுமை தோன்றுகிறது. அதனால் அப்பொழுது பாடுகிற பாட்டு அன்றலர்ந்த நாண் மலர்போல விளங்குகிறது. சுந்தரமூர்த்தி நாயனார் பாடுகிற ஒவ்வொரு பாட்டும் புதுமைச் சுவையோடு இருக்கிறது.

சுந்தரமூர்த்தி நாயனார் அழகான வாழைக் கனிகள் தேன் சொரியும் கருப்பறியலூரில் கொகுடிக் கோயிலில் கோல் வளையாளோடும் இருப்பானாகிய எம்பெருமானைத் தரிசித்துப் பாட ஆரம்பிக்கிறார். பாட்டைப் பாடுபவர் பழைய சுந்தரமூர்த்தி நாயனார்; பழைய பரமசிவனையே பாடுகிறார். ஆனால் பாட்டுப் புதியதாக வருகிறது; விருந்தாக வருகிறது (விருந்து புதுமை). சொற்களாகிய மலர்களைத் தொடுத்த புதிய மாலை அது.

அதைப் பாடும்பொழுது அவருக்கு அலுப்பு உண்டாக வில்லை. எத்தனையோ தலங்களுக்குச் சென்று எவ்வளவோ காலமாகப் பாடி வருகிறவர் அவர். ஆயினும் இப்போது பாடும் அந்தப் பாட்டில் ஒரு புதுமைச் சுவை இருக்கிறது. பாடுகிற வருக்கும் சுவை பிறக்கிறது; பாட்டைக் கேட்கிறவருக்கும் சுவை பிறக்கிறது; கேட்கின்ற சிவபெருமானுக்கு மாத்திரமல்ல; இன்றளவும் அந்தப் பாட்டை எத்தனையோ மக்கள் கேட்டு அறிந்து உணர்ந்து இன்புற்றிருக்கிறார்கள்; அவர்களுக்கெல்லாம் அது புதியதாக இருக்கிறது. ஒரு பாட்டு மற்றொரு பாட்டிலும் புதியது என்பது மாத்திரமல்ல; ஒரு பாட்டையே பல முறை படித்தாலும் புதுமை தோற்றிக் கொண்டே இருக்கிறது. அதை ஒருமுறை படிப்பதோடு நிறுத்திவிடுவது கூடாது. சிறந்த கவி எத்தனை முறை படித்தாலும் புது விருந்தாகவே தோற்றும்.

"ஆயுந் தொறுந்தொறும் இன்பம், தருந்தமிழ்".

என்று ஒரு புலவர் சொல்கிறார்.

கவிதையைப் படிப்பவனுக்கே புதிய புதிய இன்பம் சுரக்குமானால் படைப்பவனுக்கு எத்தனை இன்பம் இருக்கும்! மேலும் மேலும் படைக்க வேண்டும் என்ற ஆர்வம் அவனுக்கு உண்டாகிறது. "இத்தனை காலம் நாம் படைத்து விட்டோமே; இத்தனை காலம் ஓவியம் எழுதி விட்டோமே; இனி எதற்கு?" என்ற சலிப்புக் கலைஞனுக்கு வருவது இல்லை. தொழிலாளிக்குத்தான் அத்தகைய சலிப்பு

உண்டாகும். வேலை செய்யும் காலத்தையும் கிடைக்கிற ஊதியத்தையும் நினைத்துக் கொண்டிருப்பவன் தொழிலாளி. அவற்றை மறந்து தன் கலைப் படைப்பிலே ஈடுபட்டுக் கிடக்கிறவன் கலைஞன். புதியது ஒன்றைப் படைக்கும்போது அவன் உள்ளத்திலே முகிழ்க்கும் இன்பந்தான் அந்த நிலைக்குக் காரணம்.

கலைஞன் படைக்கப் படைக்கப் புதுமை ஊறும். அந்தப் படைப்பைக் கலையார்வத்தோடு காணும் இயல்புடைய வர்களுக்குப் பார்க்கப் பார்க்க இன்பம் ஊறும். கலைஞனுடைய படைப்பு யாவும் புதிய புதிய பொருள்களே. கலைஞர்களுக்குள் சிறந்தவன் கவி. அவன் படைத்த கலைப்பொருளாகிய கவி படிக்குந்தோறும் இன்பத்தைத் தருவது.

சுந்தரமூர்த்தி நாயனார் கொகுடிக் கோயிலுக்கு வந்து பாடிய பாட்டு முதற்பாட்டு அல்ல. அவர் பித்தா என்று ஆரம்பித்தது முதற்பாட்டு. அதற்குப் பின் பல பதிகங்களைப் பாடினார். ஆயினும் அவருக்குப் புதுமை மணம் மாறவில்லை. பாட்டைப் பாடும்போதெல்லாம் புதுமை மணம் நெஞ்சத்திலே ஊறுகிறது. அவர் பாடும் பாமாலை விருந்தாக இருக்கிறது.

விருந்தாய சொல்மாலை கொண்டேத்தி.

இறைவனைத் தம்முடைய கண்ணாலே கண்டு சரணாதி அவயவங்களினாலே பணிந்தார். அது உடம்பால் ஆகிய செயல். அடுத்து கரணமாகிய வாக்கினால் செய்யும் செயல், சொல் மாலை சூடுவது. 'விருந்தாய சொன் மாலை' கொண்டு ஏத்தினார். இவ்வளவு பணிகள் செய்தும், இத்தனை விருந்தாகிய சொல் மாலைகளைச் சூட்டியும் அவருக்கு மனநிறைவு உண்டாகவில்லை. தம்முடைய உள்ளத்தில் இறைவனை நினைத்துப் பார்க்கிறார். அப்பொழுதுதான் இனிமை பரிபூரணத்தை அடைகிறது. பாட்டைக் காதிலே

கேட்கும்போது ஓரளவு இனிக்கும். அதன் கருத்து உள்ளத்துக்குள்ளே புகும்பொழுதுதான் மிக மிக இனிக்கும்.

இறைவனைக் கண்டு பணிந்து ஏத்திய சுந்தரர் அவனை நெஞ்சிலே நினைக்கிறார். உணர்ச்சிகளையெல்லாம் ஒருங்கே சேர்த்து அவனுடைய அருளை நினைக்கிறார். அவ்வாறு நினைக்கும்பொழுது எத்தனை இன்பமாக இருக்கிறது!

நினைத்தபோது அவர் நமக்கு இனியவாறே!

அந்த இனிமை இப்படியிருந்தது என்று அளவிட்டுச் சொல்ல முடியவில்லை. "அவர் நமக்கு இனியவராக இருக்கும் திறம் என்னே!" என்னே!" என்று அநுபவாதிசயப் பெருக்கிலே பாடுகிறார்.

கண்ணினாலே கண்ட இயற்கை அழகிலே இனிமை, தரிசித்த மூர்த்தியினுடைய காட்சியில் இனிமை, அவனைப் பாடிய தேவாரப் பாட்டில் இனிமை. அவனைப்பற்றிய நினைப்பில் இனிமை, ஆக எல்லாவற்றிலும் இனிமையைக் கண்டார் சுந்தரர். எல்லாம் இனிமை மயமாக இருக்கின்றன.

விருந்தாய சொல்மாலை கொண்டேத்தி வினைபோக
வேலி தோறும்
கருத்தாள வாழைமேற் செங்கனிகள் தேன்சொரியும்
கருப்ப றியலூர்க்
குருந்தாய முள்எயிற்றுக் கோல்வளையா ளவளோடும்
கொகுடிக் கோயில்
இருந்தானை மனத்தினால் நினைந்தபோது அவர்நமக்கு இனிய
வாறே!

[கரிய அடிமரத்தையுடைய வாழையின் மேல் கனிந்த சிவந்த பழங்கள் முதிர்ந்து தேனைச் சொரிகின்ற திருக்கருப்பறியலூரில், மயிலிறகின் அடிக் குருத்தைப் போன்ற கூர்மையான பற்களை உடைய கோல் வளையம்மையுடன் கொகுடிக் கோயிலில் எழுந்தருளி யிருந்தவனை, புதுமையையுடைய சொல்மாலைகளைக்

கொண்டு துதித்து, பாவங்கள் எல்லாம் போகாநிற்க, மனத்தினால் இப் பெருமானை நினைந்தபோது அவர் நமக்கு இனித்த இனிமை இருந்தவாறு என்னே!

விருந்து - புதுமை. ஏத்தி - துதித்து. வினை - தீவினை. வேலி தோட்ட வேலி. இருந்தானை - வீற்றிருந்தவனை. இனியவாறே - இனியவாறு என்னே! இனிமையை நினைக்கையில் மதிப்பு உயர்ந்து அவர் என்று பன்மையில் சொல்கிறார்.]

இம்மை மறுமைப் பயன்

சுந்தரமூர்த்தி நாயனார் தமக்கு ஏதாவது பொருள் வேண்டுமானால் உலகத்திலுள்ள மக்களிடத்திலே போய் இரக்கும் வழக்கம் இல்லை. அவருக்கு இறைவன் மிகவும் உரியவனாகி விட்டான்; தோழனானான். இடுக்கண் வரும் போதெல்லாம் உதவுவதுதானே தோழனுடைய இயல்பு? மனிதத் தோழனாக இருந்தால், தனக்கே குறைபாடு இருப்பதனால் வேண்டியதைக் கொடுக்க முடியாது. ஒன்றாலும் குறைவிலா நிறைவையுடைய ஆண்டவன் எல்லாவற்றையும் கொடுக்கும் ஆற்றல் உள்ளவன். அவனைத் தோழனாகப் பெற்ற தம்பிரான் தோழருக்கு எந்தப் பொருளால் குறைவரப் போகின்றது?

அவர் குறையை முன்னாலே குறிப்பாக அறிந்து கொடுப்பதில்லை, ஆண்டவன். குறை நேர்ந்தால் அந்தக் குறையை நீக்கிக்கொள்ளச் சுந்தரமூர்த்தி நாயனார் பாடுவார். அந்தப் பாட்டை எம்பெருமான் கேட்க ஆசைப்பட்டான். அது மாத்திரமா? உலகமெல்லாம் கேட்க வேண்டுமல்லவா? உலகம் அந்தப் பாடல்களை ஓதிப் பயன்பெற வேண்டும் என்பது இறைவன் திருவுள்ளம்.

அவர் பாடவேண்டும் அல்லவா? அதன் பொருட்டு அவருடைய குறையை வாய்விட்டுச் சொல்லுமளவும் வாளா இருப்பான் ஆண்டவன்.

ஒருமுறை திருப்புகலூருக்கு வந்து சேர்ந்தார் சுந்தர மூர்த்தி நாயனார். அவருக்குப் பொன் வேண்டியிருந்தது. இறைவனிடத்திலே வந்து, "ஆண்டவனே, எனக்கு இப்பொழுது செலவாக இருக்கிறது; பணம் வேண்டும்" என்று கேட்டார். கிடைக்கவில்லை. சிறிது கோபம் உண்டாயிற்று.

சண்டித்தனம் பண்ணும் பிள்ளை வீதியிலே படுத்துக் கொள்வது போல அந்த இடத்திலே படுத்துக் கொள்ளலாம் என்று நினைத்தார். அப்பொழுது கோயிலில் திருப்பணி நடந்துகொண்டிருந்தது. செங்கற்களைக் கொண்டுவந்து அடுக்கியிருந்தார்கள். இரண்டு செங்கல்லை எடுத்தார்; தலைக்கு அணையாக வைத்துக் கொண்டார்; துண்டை விரித்துப் போட்டார்; அப்படியே படுத்தார். அயர்ச்சியினாலே தூங்கிவிட்டார்.

தூக்கத்தினின்று விழித்தார். எழுந்து துண்டை உதறினார். தலை மாட்டில் வைத்திருந்த செங்கல்லைப் பார்த்தால் அது பொன்னாக இருந்தது. அப்பொழுது அவர் உள்ளத்திலே உண்டான உவகைக்கு அளவு உண்டா? உடம்பெல்லாம் புல்லரித்தது. 'நாம் நம்முடைய ஆண்டவனை கோபித்துக் கொண்டோமே. கல்லைப் பொன்னாக்குகின்ற பெருமான் அல்லவா? நம்முடைய குறிப்பறிந்து வேண்டியதைத் தந்துவிட்டானே! என்று அவர் துள்ளிக் குதித்தார். உடனே, "என்னுடைய பெருமை இது. எனக்காக ஆண்டவன் தந்தான்" என்று சொல்லிக்கொள்ளத் தோன்றவில்லை. "அடடா! உலகில் குறையுடைய மக்களைப் போய், எனக்கு அது வேண்டும், இதுவேண்டும் என்று புலவர்கள் பாடுகிறார்களே; இப்படி ஒரு கற்பகம், காமதேனு, குறிப்பறிந்து தருகின்ற பெருவள்ளல் இருக்கும்போது அவனைப் பாடாமல் யார் யாரையோ பாடுகிறார்களே!" என்று புலவர்களை நினைந்து இரக்கம் உண்டாயிற்று.உடனே ஒரு புலவர் மகாசபைக்கு முன்னாலே பேசுவது போலக் கற்பனை செய்து கொண்டார். பாட ஆரம்பித்தார்.

"பைத்தியக்காரப் புலவர்களே! யார் யாரையோ போய்ப் பாடுகிறீர்களே! எங்களுடைய ஆண்டவனைப் பாடுங்கள்; எல்லாம் கிடைக்கும்" என்று பாடலானார்.

ஒரு புலவன் செல்வர் ஒருவரிடம் சென்றான். கற்பகமே, காமதேனுவே என்று புகழ்ந்தான். "உங்களுடைய குடும்பமே உயர்ந்த குடும்பம்; உங்களுடைய தந்தையார் முதலியவர்

களெல்லாம் உங்களுக்கு ஆசி கூற, அவர்களுடைய முயற்சி யினாலும் உங்கள் முயற்சியினாலும் சிறந்த நிலைக்கு வந்தீர்கள்" என்று புகழ்ந்தான். சட்டென்று அந்தச் செல்வர் அவன் பேச்சை நிறுத்தினார்.

"ஓய்! நீர் என்னுடைய தகப்பனாரைக் கண்டீரா? அவர் பரம ஏழையல்லவா? என்னுடைய சொந்த முயற்சியினால் அல்லவா நான் முன்னுக்கு வந்தேன்? எதற்கு மற்றவர்களை யெல்லாம் சொல்கிறீர்?" என்று கோபத்தோடு கேட்டார். அப்பொழுதுதான் புலவனுக்கு உண்மை விளங்கியது. தாமாகவே எல்லாவற்றையும் ஈட்டியதாகச் சொல்லவேண்டும் என்பது அவர் நினைப்பு என்று தெரியவந்தது. புலவன் பாடும் புகழில், இம்மியும் பிறரைச் சாரக்கூடாதாம்! அத்தனை புகழுக்கும் தனியுரிமை படைத்தவராக வேண்டும் என்று அந்தச் செல்வர் நினைத்தார். அதனைத் தெரிந்துகொண்டு மறுபடியும் இச்சகம் பேசி, "அடடா! நீங்கள் அசகாய சூரர் அல்லவா? நீங்களாகச் சம்பாதித்துக் கொண்ட செல்வம், நீங்களாகப் பெற்றுக்கொண்ட புகழ்" என்று பாடினான் புலவன். கடைசியில், "பாட்டு நன்றாயிருக்கிறது; போய்விட்டு வாரும்" என்று அந்தச் செல்வர் சொல்லி அனுப்பிவிட்டார்.

இது புலவர்களுடைய வாழ்க்கையில் நிகழும் நிகழ்ச்சி. செல்வர்களைக் கண்டு வேறு யாரையும் புகழாமல் அவர் களையே புகழ்ந்து, எல்லாப் புகழையும் அவர்களுக்கே உரியது ஆக்கிவிட்டு இச்சகம் பேசினாலும்கூட ஏழைத் தொண்டர்களுக்குத் தரமாட்டார்கள் அவர்கள். அவர்களைப் போய் எதற்காகப் பாடவேண்டும்?

தம்மை யேபுகழ்ந்து இச்சை பேசினும்
சார்வி னும்தொண்டர்த் தருகிலாப்
பொய்ம்மை யாளரைப் பாடாதே.

[வேறு யாரையும் புகழாமல் தம்மையே புகழ்ந்து தமக்கு விருப்பமான படியெல்லாம் சொன்னாலும், அண்டி

நின்றாலும் தொண்டர்களுக்கு எதையும் வழங்காத பொய்யர்களைப் பாடாமல்.]

இச்சை பேசினாலும் எப்போதும் அடுத்தடுத்துப் பயின்றாலும் கொடுக்காதவர்கள் பொய்யர்கள். இறைவனுடைய திருவருளினாலே தமக்குக் கிடைத்த பொருளைப் பிறருக்குக் கொடுக்கவேண்டும் என்ற நினைவே இல்லாமல், 'இது நமக்கே உரியது' என்று நினைக்கிறவர்கள் அவர்கள். அந்தப் பணமும் நிலையாதது; அவர்களும் நிலையாதவர்கள். அவர்கள் பொய்ம்மையாளர். அவர்களைப் புகழலாமா?

உண்மையாக ஒரு காரியத்தைச் செய்கிறவர்களைப் புகழ்கின்ற புகழ்தான் உண்மையானது; பொருளுடையது. புகழுக்கு உரியவன் யார்? உண்மையான வேலை செய்கிறவன் எவனோ அவன்தான் புகழுக்கு உரியவன். யாரோ ஒருவன் வெளியூரிலிருந்து நமக்கு உதவி செய்யவேண்டும் என்ற நினைவினால் பணம் அனுப்புகிறான். அதைக் கொண்டு வந்து தபால்காரன் தருகிறான். தரும்பொழுது, "என்னுடைய குறையைப் போக்குவதற்குப் பெருவள்ளலாக நீ வந்து உதவுகிறாய்" என்று அந்தத் தபால்காரன் காலையா பிடித்துக் கொள்வது ? யார் நமக்குப் பணம் அனுப்புகிறானே அவனையல்லவா நினைக்கவேண்டும்? உலகிலுள்ள மக்கள் பிறருக்கு உபகாரஞ் செய்தால், தம்முடைய முயற்சியினாலே ஈட்டிய பொருளைக் கொடுப்பதாகத் தருகிறார்கள். உண்மை அதுவா? அவர்களா கொடை தருகிறார்கள்? இறைவன் அவர்களிடத்திலே கொடுத்து, "இதைக் கொடு அப்பா" என்று சொல்லியிருக்கிறான். பாங்கிலே பணத்தைக் கொடுக்கின்ற 'காஷியரைப்' போலத்தான் அவர்கள் இருக்கிறார்கள். அதை உணராமல் தாம் தருவதாகத் தருக்கிக் கொள்கிறார்கள். அது வெறும் பொய். உண்மையாகக் கொடுக்கிறவன் ஆண்டவன்; அவர்களைக் கருவியாகக் கொண்டு கொடுக்கிறான். நமக்கு உதவி செய்கிறவர்களை நன்றியறிவினாலே பாராட்ட வேண்டும். அதோடு நில்லாமல் அவர்கள் மூலமாகக் கொடுக்கின்ற ஆண்டவனை நிரம்பப் பாராட்டுவதுதான் முறை.

கொடை மாத்திரமல்ல. எல்லாவிதமான செயல்களும் இறைவனுடைய திருவருளினாலே நிகழ்கின்றன. அவனன்றி ஓரணுவும் அசையாது. நல்ல செயலைச் செய்தான் என்று ஒருவனைப் பாராட்டுகிறோம். அந்தச் செயலுக்கு மூல காரணனாயிருக்கிற ஆண்டவனையும் பாராட்டுவதுதானே முறை? இவனை ஓர் அளவு பாராட்டிவிட்டு, அதற்கு மேலே பல அளவு இறைவனைப் பாராட்ட வேண்டும். இவன் செய்பவனைப் போலத் தோற்றுகிறான்; இவன் பொம்மை; இறைவன்தான் பின்னாலே இருக்கின்ற சூத்திரதாரி.

பிறருக்குக் கொடுக்கும் செல்வர்களைப் புகழ்வதற்கே அளவு உண்டு என்றால், கொடுக்காமல் இருக்கிற செல்வர் களைப்பற்றி என்ன சொல்வது? அவர்களைக் காட்டிலும் பொய்ம்மையாளர் வேறு இல்லை. மெய்ம்மையாளனாகிய ஆண்டவனைப் பாடவேண்டும்.

"செல்வரைப் பாடினால் எனக்கு வேண்டிய பொரு ளெல்லாம் கிடைக்குமே'' என்று கேட்டால், "எம்பெருமானும் வேண்டியதைக் கொடுப்பான்" என்று சுந்தரர் சொல்கிறார்.

எந்தை புகலூர் பாடுமின் புலவீர்காள்!
இம்மை யேதரும் சோறும் கூறையும்.

"என் தகப்பன், எனக்கு வேண்டிய செல்வத்தையெல்லாம் தான் சம்பாதித்து எனக்கு அளிக்கின்ற பேரருளாளன், புகலூரில் இருக்கிறான். அந்தப் புகலூருக்குச் சென்று பாடுங்கள்."

‘‘நான் இப்பொழுது ஒரு செல்வனைப் பாடிக் கொண்டிருக்கிறேன். அவன் எனக்கு எல்லாவற்றையும் தருகிறான். இறைவனைப் போய்ப் பாடினால் என்ன கிடைக்கும்?'' என்ற கேள்வி எழுகிறது.

"இந்த உலகில் நமக்கு வேண்டுவன சோறும் கூறையும்; சாப்பாடும் உடையும். ஆண்டவன் நல்ல உணவும் நல்ல உடையும் கொடுப்பான்."

ஆண்டவனை நினைந்தால் மறுமையிலேதான் சொர்க்கம் என்றும், இம்மையிலே சோற்றுக்குத் தாளம் போட வேண்டும் என்றும் சிலர் நினைத்துக் கொண்டிருக்கின்றனர். இறைவனிடத்தில் உண்மையான நம்பிக்கை உடையவனுக்கு மனம் தூயதாக இருக்கும். அவனுடைய செயல்களும் உரைகளும் எண்ணங்களும் அன்பின் விளைவாக இருக்கும். அன்புடையவர்களை எல்லாரும் தமக்கு அன்பராகப் பாவிப்பார்கள். பகைஞன் கூட அவனைச் சார்வான். அதனால் பல நன்மைகள் உண்டாகும். ஆகையினால் இறைவனிடத்தில் அன்புடையவனுக்கு இந்த உலகத்திலேயே வேண்டிய வசதிகளெல்லாம் கிடைக்கும்.

இம்மை யேதரும் சோறும் கூறையும்.

"நான் பாடுகிற செல்வனிடத்திலிருந்தே அவை கிடைக்கின்றனவே. அதை ஏன் மாற்றவேண்டும்? இருக்கிற படியே இருந்து நான் அவனையே பாடுகிறேன்."

"இந்த உலகத்தில் நல்ல வசதிகள் கிடைக்கும்; வருகிற துன்பங்கள் விலகும். அடுத்த உலகத்திலே யாரும் கொடுக்க முடியாத ஓர் இன்பத்தை இறைவன் தருவான்."

இடர் கெடலும்ஆம்;
அம்மை யேசிவ லோகம் ஆள்வதற்கு
யாதும் ஐயுற வில்லையே.

இப் பிறவிக்குப் பின் இறைவனுடைய அணுக்கத் தொண்டராக இருந்து பேரின்பத்தை அடையலாம். இறைவனை வணங்குவதனாலே இம்மைப் பயனும் மறுமைப் பயனும் வரும்.

"அது எப்படி வரும்? ஆண்டவனை நம்பினால் குடும்பம் முதலியவற்றைக் கவனிக்க முடியுமா?" என்ற ஐயப்பாடு எழலாம். ஆண்டவனை நம்பினவர்களெல்லாம் குடும்பம் இல்லாமலா இருக்கிறார்கள்? சுந்தரமூர்த்தி சுவாமிகளுடைய வரலாற்றையே பார்க்கலாமே. அவர் ஒரு மனைவிக்கு இரண்டு மனைவிகளை மணம் செய்துகொண்டார். அடியார்களுக்கெல்லாம் விருந்து அருத்தி இன்பத்தை அடைந்தார். அவர் துறவியாகப் போகவில்லை. அவருடைய வாழ்க்கையிலே மிக்க இன்பம் உண்டாயிற்று. மனம் தூய்மையாக இருந்தால் எல்லாரிடத்திலும் அன்பாகப் பழகத் தோன்றும். அதனால் உலகமே நமக்குப் பலமாக இருக்கும். இறைவனுடைய நினைவு, பக்தி அந்தத் தூய்மையை உள்ளத்தில் உண்டாக்கும்.

வருகின்ற துன்பங்களையெல்லாம் அடியோடு நீக்கிப் பாதுகாக்கின்ற ஆற்றல் இறைவன் ஒருவனுக்குத்தான் உண்டு. மற்ற யாரை நம்பினாலும் அவரவர்கள் தங்களிடத்திலே உள்ள குறைகளைச் சொல்லிக் கொள்வார்கள். அவர்களுடைய வாழ்விலே இடர்கள் உண்டு. அவற்றையே போக்கமாட்டாதவர்கள் தம்மை அண்டுவாருடைய இடரை எப்படிப் போக்கு வார்கள்? இடரிலாப் பெருமானாகிய ஆண்டவன் ஒருவன்தான் எல்லாவிதமான குறையையும் இடர்களையும் போக்க வல்லவன். அவனை ஏத்திக் கொண்டே இருந்தால் நமக்கு உள்ள இடர் கெளெல்லாம் கெடும். இந்தப் பிறவி மாறினால் இறைவனுடைய அணுக்கத் தொண்டராகிச் சிவலோக வாழ்வைப் பெறலாம்.

ஒருகால் இம்மையே தரும் சோறும் கூறையும் என்பதில் ஐயப்பாடு இருந்தாலும் இருக்கலாம்; அம்மையில் சிவலோகப் பதவி கிடைக்கும், இறைவனோடு ஒன்றுபட்டு வாழும் இன்பம் கிடைக்கும் என்பதில் சற்றும் ஐயம் இல்லை.

அம்மை யேசிவ லோகம் ஆள்வதற்கு
யாதும் ஐயுற வில்லையே!

இவ்வாறு புலவர்களை நோக்கிச் சுந்தரமூர்த்தி நாயனார் கூறுகிறார். அவர் பெரிய புலவர்; இறைவனையன்றி வேறு ஒன்றையும் எண்ணாத புலவர்; இறைவனைக் காட்டிலும் பெருவள்ளல் இல்லை என்ற நிச்சயத்தோடு வாழ்ந்த புலவர்.

தம்மை யேபுகழ்ந்து இச்சை பேசினும்
சார்வி னுந்தொண்டர்த் தருகிலாப்
பொய்ம்மை யாளரைப் பாடாதே எந்தை
புகலூர் பாடுமின் புலவீர்கள்!
இம்மை யேதரும் சோறும் கூறையும்;
ஏத்த லாம்;இடர் கெடலும்ஆம்;
அம்மை யேசிவ லோகம் ஆள்வதற்கு
யாதும் ஐயுறவு இல்லையே.

[தம்மையே புகழ்ந்து தமக்கு விருப்பமான சொற்களைச் சொன்னாலும் சார்வு இருந்தாலும் தொண்டர்களுக்குத் தராத பொய்யான செல்வர்களைப் பாடாமல், எம் தந்தையாகிய இறைவனது புகலூரைப் பாடுங்கள், புலவர்களே! இப்பிறவியிலேயே உணவையும் உடையையும் இறைவன் தருவான்; அவனை மேலும் மேலும் துதித்துக் கொண்டிருக்கலாம்; நமக்கு வரும் துன்பங்கள் அழிந்து போகும்; மறு பிறவியிலே சிவலோக வாழ்வு பெறுவதற்குச் சிறிதும் சந்தேகமே இல்லை.

இச்சை - விருப்பமானவை. சார்வு - அண்டி நிற்றல். சார்வினும் - அண்டி நிற்றலாலும். தொண்டர் - அன்பர்களுக்கு. பாடாதே பாடாமல். புகலூர் - சோழ நாட்டில் உள்ள தலம். இத்தலத்தில் பூதேசுவரம், வர்த்தமானேசுவரம், பவிஷ்யேசுவரம் என்ற மூன்று சந்நிதிகள் இருக்கின்றன. கூறை - ஆடை. அம்மை இப் பிறவிக்கு அடுத்த பிறவி யாதும் - சிறிதும். ஐயுறவு - சந்தேகம்.]

முற்றும்.

★ ★ ★

Printed at Repro India Ltd.